日タイ対訳

ニッポン
紹介FAQ

ถามตอบเรื่องญี่ปุ่น

ピヤヌット・ウィリヤェナワット＝タイ語訳

ปิยะนุช วิริเยนะวัตร์

JN174099

IBCパブリッシング

'デイビッド・セインの日本紹介：政治・経済・歴史・社会編 FAQ Japan'
'デイビッド・セインの日本紹介：生活・文化・伝統・観光編 FAQ Japan'
in Thai language version
First published in Thailand by TPA Press
Thai text©2015 by Technology Promotion Association (Thailand-Japan)
Printed in Thailand

カバーデザイン＝岩目地 英樹（コムデザイン）

ナレーター＝アーティット・ニムヌアン
　　　　　　ニチャーパー・パーンプロム

＊本書は IBC パブリッシング刊「デイビッド・セインの日本紹介：政治・経済・歴史・社会編」
　および「デイビッド・セインの日本紹介：文化・伝統・観光編」から抜粋した項目をあらためて
　編集し、タイ語翻訳をつけたものです。

本書を読むにあたって

　タイには昔から多くの日本企業が進出しています。

　そして、さらに昔から、タイは東南アジアの中でも日本と交流の深い国として知られています。

　現代史の中でタイは、東南アジアの隣国とは全く異なった道を歩んできました。フランスが進出し植民地化していったベトナムやカンボジア、そしてイギリスが進出してきたインドやビルマ、さらにはマレーシアなどに挟まれ、タイは唯一独立を保ってきました。

　それだけに、タイは東南アジアの中にあって、より自国の伝統を深く残し、ユニークな文化と生活様式を今に伝える国として知られています。

　古くは、中国の影響を受けながらも、インドから伝わってきた仏教文化を手厚く継承してきたことも、日本人がタイに親近感を覚える理由かもしれません。

　タイの人々が常に親日的であったかというとそうではありません。戦後に日本の経済進出の波をまともにかぶったタイの中には、一時反日感情が吹き荒れた時期もありました。

　とはいえ、東南アジアの中で、日本が最も深く付き合ってきた国といっても過言ではないタイの人々に、日本の文化や風俗習慣を解説していくことは、ビジネス上の交流をさらに深化させ、相互理解を促進させる意味でも大切なことだと思います。

　英語ではなく、カタコトでも、現地の言葉で日本について語ってみれば、タイの人から好感を抱かれること請け合いです。また、タイ語の書籍によって日本のことを現地の人や学校などで説明することも、意義あることに違いありません。

　本書が、タイと日本との相互理解の架け橋の一つになれば幸いです。

　最後にタイ語の翻訳、編集、組版、および音声録音に多大なご協力をいただきましたTPA Pressの皆様に感謝の意を表したいと思います。

IBCパブリッシング編集部

บทนำ

ขณะนี้ผมยังจดจำได้ดีถึงวันที่ลงจากเครื่องบินที่สนามบินนาริตะเป็น
ครั้งแรกเมื่อ 20 ปีก่อน ผมรู้สึกราวกับว่าได้พลัดหลงมายังดาวดวงอื่น
ทุกสิ่งที่ผมเห็นล้วนแปลกใหม่และแปลกตา ในหัวของผมมีคำถามผุดขึ้น
มากมายและกระหายใคร่รู้ในทุก ๆ สิ่ง ผมปรารถนาที่จะรู้เรื่องราวเกี่ยวกับ
ประเทศนี้ ทั้งภาษาพูด สภาพภูมิประเทศ การเมือง ตลอดจนวิธีคิดของคน
ญี่ปุ่น

ดังนั้นผมจึงลองถามคำถามเกี่ยวกับญี่ปุ่นกับคนที่พอพูดภาษาอังกฤษ
ได้บ้าง มีทั้งคนที่บอกเล่าเรื่องราวต่าง ๆ ให้ผมฟังอย่างเอื้อเฟื้อ แต่กระนั้น
แม้จะเป็นประเทศของตัวเองก็ตาม ก็ยังมีคนที่แทบไม่รู้แม้แต่ข้อมูลพื้นฐาน
ง่าย ๆ เลย

เหตุผลที่ผมเขียนหนังสือเล่มนี้

คุณไม่มีทางรู้หรอกว่า เมื่อได้พูดคุยกับผู้คนที่มาจากต่างประเทศ เขา
จะหยิบยกเรื่องใดมาพูดบ้าง แต่หากคุณเข้าใจเนื้อหาที่จะพูดแล้ว ก็จะสามารถ
เตรียมตัวเรียนรู้คำศัพท์หรือสำนวนใหม่ ๆ ไว้ก่อนได้ ยิ่งหากคุณเป็นคน
ญี่ปุ่น แน่นอนว่าเรื่องที่จะพูดย่อมต้องเกี่ยวข้องกับประเทศของตัวเอง และ
หากมีหนังสือเล่มนี้แล้วก็คงจะช่วยอธิบายเกี่ยวกับประเทศของคุณได้

วิธีการเลือกหัวข้อคำถาม

คำถามส่วนใหญ่ที่เขียนในหนังสือเล่มนี้ เป็นเรื่องที่ผมเคยสงสัยมาก่อน
นอกจากนี้บางคำถามก็เป็นเรื่องที่ผมเคยถูกถามจากคนที่รู้ว่าผมอาศัยอยู่ที่

はじめに

　今から20年以上も前、初めて成田空港で飛行機を降りたときのことを覚えています。まるで違う星にやってきてしまったように感じたものでした。見るものすべてが新しく、風変わりだったのです。私の頭の中は疑問だらけになり、あらゆることを知りたくなりました。この国というもの、話す言語、風土、政治、そして日本人の考え方を知りたかったのです。

　そこで私は、少しでも英語を話せる人に会うと、日本について質問をしてみました。たいへん親切に多くのことを教えてくれた人もいました。ところが自分の国のことなのに、ごく基本的な情報すら知らないと思われるような人もいたのです。

私がこの本を書いた理由

　外国から来た人と話をするときは、どんな話題になるかまったくわかりませんよね。しかし話す内容がわかっていれば、新しい単語や熟語を学んで準備をしておくことができます。あなたが日本人であれば、きっと日本という国自体についても話題になるはずですから、この本があれば自分の国のことを説明できることでしょう。

質問項目の選び方

　この本に書かれた質問の多くは、私自身が疑問に思ったことです。私が日本に住んでいると知った人たちからきかれた質問もあります。

ญี่ปุ่นด้วย หากคุณได้คุยกับชาวต่างชาติ คุณอาจถูกถามด้วยคำถามที่ปรากฏในหนังสือเล่มนี้ ซึ่งคำถามเหล่านี้มีแต่คำถามที่ถ้าเป็นคนญี่ปุ่นน่าจะต้องตอบได้

เรื่องที่ชาวต่างชาติอยากรู้เกี่ยวกับญี่ปุ่น

เรื่องที่ผู้สนใจญี่ปุ่นอยากจะรู้ไม่ได้มีเพียงข้อเท็จจริงหรือเรื่องตัวเลขเท่านั้น หากรวมถึงวิธีคิดของคนญี่ปุ่นและเหตุผลที่คนญี่ปุ่นมีวิธีคิดแบบนั้นด้วย ในหนังสือเล่มนี้ผมได้แนะนำประสบการณ์ส่วนตัวของผม ด้วยหวังว่าประสบการณ์เหล่านี้จะเป็นประโยชน์กับผู้อ่านทุกคนในการนำไปใช้แบ่งปันประสบการณ์ของตัวเอง จริงอยู่ที่การทราบเรื่องพื้นฐานเป็นสิ่งสำคัญ แต่คุณก็สามารถเปิดหาเรื่องราวเหล่านั้นอ่านได้ในสารานุกรมหรืออินเทอร์เน็ต สิ่งที่สำคัญเหนือไปกว่านั้นก็คือการแสดงออกถึงความรู้สึกของคุณเองรวมทั้งถ่ายทอดประสบการณ์ส่วนตัวของคุณต่างหาก

คุณอาจมีโอกาสพาชาวต่างชาติท่องเที่ยวไปตามสถานที่ต่าง ๆ ในญี่ปุ่นหรืออาจจะได้ไปเที่ยวในต่างประเทศหรือใช้ชีวิตอยู่ที่นั่นสักระยะ เมื่อถึงเวลานั้นหากมีโอกาสได้พูดคุยเรื่องราวหลากหลายอย่างเกี่ยวกับญี่ปุ่นแล้ว ภาษาอังกฤษของคุณก็จะพัฒนาตามไปด้วย นอกจากนี้คุณยังสามารถเรียนรู้เกี่ยวกับประเทศต่าง ๆ รวมทั้งประสบการณ์ของผู้คนในประเทศเหล่านั้นเพิ่มมากขึ้นเช่นกัน

โชคดีครับ !

เดวิด เทน

外国人と話をすれば、きっとここに挙げた質問を少なからずきかれることでしょう。これらの質問はどれも、日本人なら答えられるはずの質問ばかりです。

外国人が日本について知りたいこと

日本に興味を持った人々が知りたいのは、事実や数字だけではなく、日本人の考え方と、そう考える論拠です。この本には私自身が経験したことも紹介しました。これらの経験が、読者のみなさんがご自分の経験を伝えるうえで役に立てばと願っています。基本的なことを知るのはたしかに大切ですが、そうしたことは事典やインターネットを開けばわかります。それより肝心なのは、自分の感情を表現し、自分自身の経験を伝えることです。

海外の人に日本各地を案内する機会があるかもしれません。あるいは外国に旅行したり、しばらく暮らしたりすることもあるでしょう。そのときに日本について多くのことを話せることが増えれば英語を上達させることができます。そしてほかの国々とその人々の経験についても、より多くを学ぶことができるでしょう。

幸運を祈ります！

デイビッド・セイン

สารบัญ 目次

๑

ข้อมูลเบื้องต้น
เกี่ยวกับญี่ปุ่น

1. 日本に関する基本情報

1-1 ข้อเท็จจริงและตัวเลขพื้นฐาน

001 Q ญี่ปุ่นเป็นประเทศแบบไหน

A ลักษณะพิเศษของญี่ปุ่นที่ควรจับตามองมากที่สุดคือ เป็นประเทศที่เป็นหมู่เกาะ สิ่งนี้ไม่ได้หมายถึงทางด้านภูมิศาสตร์เท่านั้น มีหลายคนเชื่อว่าการใช้ชีวิตอยู่บนเกาะจะส่งผลต่อแนวความคิดของผู้คนที่อาศัยอยู่ที่นั่น ตัวอย่างเช่น กล่าวกันว่าคนญี่ปุ่นมีพื้นฐานนิสัยของประเทศหมู่เกาะ และยังเชื่อว่าตนเป็นบุคคลพิเศษ ในบางครั้งพวกเขาจึงไม่ยอมรับคนภายนอกเข้าสู่สังคมของตัวเอง

ประเทศหมู่เกาะอย่างญี่ปุ่นนั้น มีวัฒนธรรมเฉพาะของตัวเอง และบางอย่างก็เป็นที่รู้จักแพร่หลายไปทั่วโลก อย่างกิโมโนและนินจา

คนจำนวนมากรู้เรื่องราวเกี่ยวกับประวัติศาสตร์ญี่ปุ่นผ่านการชมภาพยนตร์ซามูไร มีการนำหนังสือเรื่อง *"โชกุน"* มาสร้างเป็นภาพยนตร์ในปี ค.ศ. 1980 หลังจากนั้นมีการฉายภาพยนตร์เรื่อง *"เดอะ ลาสต์ซามูไร"* ในปี ค.ศ. 2003 และได้รับความนิยมในฐานะที่เป็นผลงานที่กล่าวถึงญี่ปุ่น ไม่ว่าจะเป็นภาพยนตร์เรื่องใดก็มักจะขาดความถูกต้องไปเสียทุกเรื่อง แต่ก็ถือว่าเป็นตัวกระตุ้นให้เกิดความสนใจครั้งสำคัญต่อญี่ปุ่นได้

ญี่ปุ่นยังมีชื่อเสียงในด้านการ์ตูนและแอนิเมชั่นด้วย ผู้คนในประเทศส่วนใหญ่เมื่อโตเป็นผู้ใหญ่แล้ว มักจะหมดความสนใจในการ์ตูนไป การ์ตูน

1-1 基本的な事実と数字

Q 日本はどんな国ですか？

A 日本についてもっとも注目すべき特徴は、島国であるということです。これは地理的な話だけではありません。島国での生活はそこに暮らす人々の考え方にも影響を与えると考える人もいます。たとえば、日本人には「島国根性」があるといわれています。自分たちは何か特別な存在だと考えていて、ほかの人々を自分たちの社会に入れてくれない場合があるというのです。

　島国である日本は、独自の文化をもっています。なかには着物や忍者など、世界中に知られているものもあります。

　多くの人が侍映画を通じて日本の歴史について知っています。1980年に『Shogun』という本が映画化されました。その後2003年には『The last Samurai』という映画も公開され、日本を扱った作品としてやはり評判を呼びました。いずれの映画もあらゆる点で正確さに欠けていましたが、日本への興味を大いに駆り立てました。

　日本はマンガとアニメーションでも有名です。たいていの国では大人になるとマンガに興味がなくなるため、ほとんどのマ

ส่วนมากจึงสร้างขึ้นเพื่อเด็ก ๆ เป็นหลัก แต่ทว่าในญี่ปุ่นนั้นแม้กระทั่งผู้ใหญ่เองก็มีกลุ่มผู้ชื่นชอบการ์ตูนและแอนิเมชั่นอยู่เป็นจำนวนมาก ด้วยเหตุนี้การ์ตูนและแอนิเมชั่นของญี่ปุ่นจึงมีเนื้อหาสำหรับกลุ่มผู้ใหญ่มากกว่า สิ่งนี้ทำให้ทั้งการ์ตูนและแอนิเมชั่นเป็นที่รู้จักในหลายประเทศทั่วโลก

สิ่งที่ทำให้ญี่ปุ่นมีชื่อเสียงอีกอย่างคือเรื่องอาหาร ตัวอย่างเช่น มีคนเป็นจำนวนมากที่เคยกินเต้าหู้ ซูชิ สุกียากี้ หรือเทมปุระ การที่อาหารญี่ปุ่นได้รับความนิยม ไม่ใช่เพียงเพราะความมีเอกลักษณ์เท่านั้น แต่เพราะยังดีต่อสุขภาพด้วย

002 ประชากรของญี่ปุ่น

Q ญี่ปุ่นมีประชากรประมาณเท่าไร

A ญี่ปุ่นมีประชากร 127,600,000 คนในปี ค.ศ. 2012 ซึ่งจัดอยู่ในอันดับที่ 10 ของประเทศที่มีประชากรมากที่สุดในโลก โดยประเทศที่มีประชากรมากที่สุดในโลก ได้แก่ จีน 1,354,000,000 คน อันดับรองลงมาคือ อินเดีย 1,227,000,000 คน และอันดับ 3 คือ อเมริกา 314,000,000 คน

อาจกล่าวได้ว่าญี่ปุ่นมีประชากรจำนวนมากเมื่อเทียบกับความกว้างของพื้นที่ประเทศ โดยมีผู้คนอาศัยอยู่ 342 คนต่อ 1 ตารางกิโลเมตร จำนวนนี้พอ ๆ กับประเทศเล็ก ๆ ในทวีปยุโรป ในออสเตรเลียมีผู้คนอาศัยอยู่เพียง

ンガはこども向けです。しかし日本では、大人でさえマンガやアニメーションの愛好者が数多くいます。そのため日本のマンガやアニメーションは、より大人向けの内容になっています。こうしてマンガもアニメーションも世界中の多くの国々に知られるようになったのです。

　日本を有名にした食べ物もあります。たとえば豆腐や寿司、すき焼きやてんぷらを食べたことがある人は大勢います。日本食は人気があり、その理由はめずらしいからというだけでなく、健康にいいからです。

日本の人口

Q 日本の人口はどのくらいですか？

A 2012年時点の日本の人口は1億2760万人でした。これは世界第10位の人口です。世界で最も人口が多いのは13億5400万人の中国で、それに続くのは12億2700万人のインド、第3位はアメリカの3億1400万人です。

　国土の広さを考えると、日本の人口は多いといえます。1平方キロメートル当たり342人が住んでいます。これはヨーロッパの小さな国々とほぼ同数です。ちなみにオーストラリアは、1平

แค่ 3 คนต่อ 1 ตารางกิโลเมตรเท่านั้น

ครึ่งหนึ่งของประชากรญี่ปุ่นจะอาศัยรวมตัวกันใน 3 เมืองใหญ่ คือ โตเกียว นาโงย่า และโอซาก้า หากกล่าวเช่นนี้อาจทำให้คิดไปได้ว่าญี่ปุ่นเป็นประเทศขนาดเล็กมาก แต่เนื่องจากภูมิประเทศกว่าครึ่งรายล้อมไปด้วยภูเขา ผู้คนจึงไปอาศัยกันตามเขตเมืองหลวง

เมื่อนั่งรถไฟจากโตเกียวมุ่งหน้าสู่เมืองนาโงย่าหรือโอซาก้า จะพบตึกรามบ้านช่องเรียงรายต่อเนื่องกันไปเรื่อย ๆ ไม่ขาดสาย จนอาจเกิดความรู้สึกว่าที่ญี่ปุ่นนั้นมีเพียงแค่ตึกเท่านั้นหรือ แต่ทว่าหากลองนั่งรถยนต์หรือรถไฟเส้นทางสายท้องถิ่นออกท่องเที่ยวดูแล้ว คุณจะพบเทือกเขาอันอุดมสมบูรณ์รวมทั้งธรรมชาติของญี่ปุ่นในทันที อันที่จริงแล้วมีสถานที่มากมายที่คุณสามารถตั้งแคมป์ ตกปลา หรือเดินเขาได้ โดยสามารถเดินทางจากใจกลางโตเกียวไปเพียงแค่ 1 ชั่วโมงเท่านั้น

003 Q ประชากรของญี่ปุ่นมีการเปลี่ยนแปลงหรือไม่

A ประเทศญี่ปุ่นเป็นหนึ่งในไม่กี่ประเทศที่มีประชากรลดลง เนื่องจากในทุก ๆ ปีมีทารกเกิดใหม่เพียงแค่ 1,100,000 คน ยิ่งไปกว่านั้นยังคาดการณ์กันว่าตัวเลขดังกล่าวอาจจะมีการลดจำนวนลงไปอีก

เมื่อเทียบจำนวนประชากรชายหญิงตอนแรกเกิดแล้ว จะพบว่ามีผู้ชาย 1.05 คนต่อผู้หญิง 1 คน แต่เมื่อถึงอายุ 65 ปีแล้ว กลับพบว่าจะมีผู้ชายเพียงแค่ 0.72 คนต่อผู้หญิง 1 คน ประชากรทั้งหมดจึงมีอัตราส่วนเปรียบเทียบเป็นผู้ชาย 0.96 คนต่อผู้หญิง 1 คน

ปัญหาใหญ่เกี่ยวกับประชากรญี่ปุ่นในขณะนี้คือ ปัญหาการเพิ่มขึ้นของผู้สูงอายุ ซึ่งแม้ว่าจำนวนประชากรจะลดลงจริง แต่ประชากรผู้สูงวัยกลับ

方キロメートル当たりわずか３人しかいません。

日本の人口の半分は東京、名古屋、大阪の３大都市圏に集中しています。このように書くと日本はちっぽけな国のように思われるでしょう。しかし国土の大半が山々におおわれているため、人々は都市部に暮らしているのです。

東京から電車に乗って名古屋や大阪に向かうと、家々や建物がほぼ途切れなくつづきます。ですから日本には建物しかないのではないかという気になります。しかし車やローカル線に乗って旅してみれば、すぐに豊かな山々や自然があると気づきます。実際、東京の中心部からほんの１時間ほど行けば、キャンプや釣り、ハイキングができる場所がたくさんあります。

Q 日本の人口は変わりつつあるのですか？

A 日本は人口が減少している数少ない国の１つです。これは毎年わずか110万人の赤ちゃんしか生まれないからであり、しかもこの数はさらに減っていくと予想されています。

出生時の男女の人口比は、女性１人に対して男性1.05人です。しかしこれが65歳になると女性１人に対して男性はわずか0.72人です。全人口では女性１人対男性0.96人という比率になります。

もっか日本の人口に関する最大の問題は高齢化です。人口は減っていますが高齢者人口は増えているのです。いまや全人口

เพิ่มสูงขึ้น กล่าวกันว่า ประมาณ 24.1% ของประชากรทั้งหมดในปัจจุบันเป็นประชากรที่มีอายุตั้งแต่ 65 ปีขึ้นไป

004

ภูมิศาสตร์ของญี่ปุ่น

Q ญี่ปุ่นเป็นประเทศที่เล็กจริงหรือ

A ผมยังจำได้ว่าครั้งแรกที่มาญี่ปุ่น ใครสักคนบอกกับผมว่า *"ญี่ปุ่นเป็นประเทศที่แคบนะ"* ซึ่งฟังดูก็เข้าทีเพราะว่ารูปลักษณ์ของประเทศมีลักษณะเป็นแนวยาว แต่ถึงตอนนี้ผมกลับคิดว่าเขาคนนั้นคงอยากจะพูดว่า *"ญี่ปุ่นเป็นประเทศที่เล็ก"* มากกว่า เพราะในภาษาญี่ปุ่นคำที่มีความหมายว่า แคบ (狭(せま)い) ยังให้ความหมายว่า เล็ก ได้ด้วย จึงมีบ้างที่อาจแปลว่า แคบ อยู่บ่อย ๆ สำหรับผู้ใช้ภาษาอังกฤษเป็นภาษาแม่แล้ว คำว่า narrow country (ประเทศแคบ) ในบางครั้งอาจมีความหมายว่า เป็นประเทศที่มีขนาดใหญ่มาก แต่มีความกว้างไม่มากนัก

เมื่อพิจารณาจากจำนวนตัวเลขที่ได้กล่าวไปแล้ว ญี่ปุ่นไม่ใช่ประเทศขนาดเล็กเลย เนื่องจากญี่ปุ่นมีพื้นที่ 377,880 ตารางกิโลเมตร (146,000 ตารางไมล์) ซึ่งใหญ่กว่าอิตาลีและเยอรมนี กระทั่งเกาะฮอนชูซึ่งเป็นเกาะหลักนั้นยังกว้างกว่าอังกฤษเสียอีก

แน่นอนว่ายังมีประเทศที่มีพื้นที่ใหญ่กว่าญี่ปุ่นอีกหลายประเทศ โดยพื้นที่ญี่ปุ่นเป็นเพียง 1 ใน 25 ส่วนของจีนและอเมริกา

の約24.1パーセントが65歳以上だと言われています。

日本の地理

Q 日本はほんとうに小さな国なのですか？

A 初めて日本に来たとき、誰かが私に"Japan is a narrow country.
（日本は狭い国ですよ）"と言ったのを覚えています。日本の形は
細長いので、納得できるような気がしました。しかし今では、そ
の人は"Japan is a small country.（日本は小さな国だ）"と言い
たかったのだろうと思います。日本語の「狭い」には「小さい」と
いう意味もありますが、しばしば"narrow"と訳されます。英語
のネイティブにとって"narrow country"とは、非常に大きいけ
れど幅があまり広くない国を意味する場合があります。

　これから紹介する数値をくらべてみれば、日本は小さな国では
ありません。日本の面積は37万7880平方キロメートル（14万
6000平方マイル）で、これはイタリアやドイツよりも広い面積で
す。主要な島である本州だけでも、イギリスより少し広いのです。

　もちろん、日本よりもはるかに大きな国はいくつもあります。
日本の面積は中国やアメリカの25分の1しかありません。

005

Q ญี่ปุ่นตั้งอยู่ที่ไหน

A ญี่ปุ่นเป็นหมู่เกาะแนวยาวตั้งอยู่ทางฝั่งตะวันตกของมหาสมุทรแปซิฟิกตอนเหนือ และขนาบกับด้านตะวันออกของทวีปเอเชีย

เมื่อวัดความยาวจากทางตะวันออกเฉียงเหนือไปจรดตะวันตกเฉียงใต้แล้ว จะมีระยะทาง 3,798 กิโลเมตร (2,360 ไมล์) หากเราเคลื่อนญี่ปุ่นไปอยู่บริเวณริมชายฝั่งตะวันออกของทวีปอเมริกาเหนือแล้ว ญี่ปุ่นจะกินพื้นที่จากทางตอนเหนือของเมืองมอนทรีออล ประเทศแคนาดาไปจนถึงทางตอนใต้ของเมืองแจ๊กสันวิลล์ รัฐฟลอริดา

โตเกียวซึ่งเป็นเมืองหลวงนั้น ตั้งอยู่ในแนวเส้นรุ้งเดียวกับเมืองชิงเต่าของจีน เมืองเตหะรานของอิหร่าน สาธารณรัฐมอลตาในทะเลเมดิเตอร์เรเนียน ช่องแคบยิบรอลตาร์ และหุบเขาแกรนแคนยอน ทั้งยังตั้งอยู่ในแนวเส้นแวงเดียวกับเกาะนิวกินี และใจกลางของออสเตรเลีย

ญี่ปุ่นถูกล้อมรอบด้วยมหาสมุทรแปซิฟิกและทะเลญี่ปุ่น ประเทศที่อยู่ใกล้ญี่ปุ่นมากที่สุดไล่เรียงจากทางตะวันตกขึ้นไปยังทางเหนือ ได้แก่ จีน เกาหลีใต้ เกาหลีเหนือ และรัสเซีย

006

Q ช่วยเล่าเรื่องภูมิศาสตร์ของญี่ปุ่นให้ฟังหน่อย

A ญี่ปุ่นมีเกาะหลัก ๆ อยู่ 4 เกาะ ได้แก่ ฮอนชู (88,016 ตารางไมล์) ฮอกไกโด (32,221 ตารางไมล์) คิวชู (13,761 ตารางไมล์) และชิโกกุ (7,260 ตารางไมล์) เกาะหลักทั้ง 4 เกาะนี้ครอบคลุมพื้นที่ประเทศทั้งหมดถึง 98% นอกจากนี้ญี่ปุ่นยังมีเกาะเล็กเกาะน้อยอีกมากมาย ใน

Q 日本はどこにありますか？

A 日本は北太平洋の西側に位置して島々が細長くつらなり、アジア大陸の東の端に沿っています。

長さは北東から南西にかけて3798キロメートル（2360マイル）あります。もし日本が北アメリカ大陸東岸の端にあれば、北はカナダのモントリオール、南はフロリダ州のジャクソンビルまで伸びます。

首都である東京は中国のチンタオ、イランのテヘラン、地中海のマルタ、ジブラルタル海峡、そしてグランドキャニオンと同緯度上にあり、ニューギニアとオーストラリア中心部と同経度上にあります。

日本は太平洋と日本海に囲まれています。もっとも近い国は、西から北にかけて中国、韓国、北朝鮮、そしてロシアです。

Q 日本の地理について教えてください

A おもな島が４つあります。本州（8万8016平方マイル）、北海道（3万2221平方マイル）、九州（1万3761平方マイル）、そして四国（7260平方マイル）です。この４島が全国土の98パーセントを占めています。さらに多くの小さな島があります。なんと、お

จำนวนนั้นมีประมาณ 6,800 เกาะที่ไม่มีผู้ใดอาศัยอยู่

007 Q ญี่ปุ่นมีความแตกต่างในแต่ละภูมิภาคหรือไม่

A มีครับ ไม่ว่าจะไปยังที่ใดของญี่ปุ่น เราจะพบเห็นความแตกต่างในแต่ละภูมิภาค

ญี่ปุ่นโดยทั่วไปแบ่งออกเป็น 11 ภูมิภาค ได้แก่ ฮอกไกโด โทโฮกุ คันโต ชินเอทสึ โทไก โฮกุริกุ คิงกิ ชูโงกุ ชิโกกุ คิวชู และโอกินาวา วัฒนธรรมหรือแม้แต่ภาษาพูดจะแตกต่างกันไปเล็กน้อยตามแต่ละภูมิภาค

เมื่อได้ลองท่องเที่ยวไปทั่วญี่ปุ่นแล้ว คุณจะเพลิดเพลินกับศิลปะพื้นบ้าน งานหัตถกรรม และอาหารของแต่ละท้องถิ่นได้ ตัวอย่างเช่น ทางแถบภูมิภาคคันโตอาหารมักมีรสชาติเค็มจากซอสโชยุ แต่ทางแถบภูมิภาคคันไซจะมีรสชาติละมุนและหวานมากกว่า

กล่าวกันว่า คุณสามารถทายได้ว่าคนคนนั้นมาจากภูมิภาคไหนจากนิสัยของเขา เช่น คนที่มาจากภูมิภาคคิวชูและโอกินาวาจะเป็นคนกระตือรือร้น ส่วนคนที่มาจากภูมิภาคโทโฮกุหรือฮอกไกโดมักจะเป็นคนที่มีความอดทนอดกลั้นมากกว่า

よそ6800もの島がありますが、そのほとんどは無人島です。

Q 日本には地域的な違いがありますか？

A あります。日本のどこへ行っても、その地域ごとに違いが見つかります。

日本はおおむね11の地方に分かれています。北海道、東北、関東、信越、東海、北陸、近畿、中国、四国、九州、そして沖縄です。それぞれの地方によって文化はもちろん、話す言葉さえも少しずつ異なっています。

日本中を旅してみると、地方ごとに異なる郷土芸能・民芸品や料理を楽しめます。たとえば関東地方の料理は塩辛いしょうゆ味です。関西に行くと、より繊細で甘い味付けになります。

よく性格によってその人の出身地が判断できるといわれます。たとえば九州や沖縄出身の人はとても情熱的で、東北や北海道出身の人はどちらかというと忍耐強い性格だとされています。

008 สภาพภูมิอากาศของญี่ปุ่น

Q ญี่ปุ่นมีสภาพภูมิอากาศอย่างไร

A ญี่ปุ่นมี 4 ฤดูกาลเหมือนทวีปอเมริกาและยุโรป ช่วงฤดูหนาวตั้งแต่เดือนธันวาคม-กุมภาพันธ์เป็นช่วงที่หนาวที่สุด ช่วงฤดูร้อนตั้งแต่เดือนกรกฎาคม-กันยายนเป็นช่วงที่อากาศร้อนมาก อุณหภูมิต่ำสุดในฤดูหนาวเท่าที่เคยวัดได้ที่โตเกียวคือ –9 องศาเซลเซียส (15.8 องศาฟาเรนไฮต์) ส่วนอุณหภูมิสูงสุดคือ 39.5 องศาเซลเซียส (103.1 องศาฟาเรนไฮต์)

เนื่องจากญี่ปุ่นเป็นประเทศที่มีแนวยาว อุณหภูมิทางเหนือกับทางใต้จึงค่อนข้างแตกต่างกันมาก แม้จะเป็นวันเดียวกันก็ตาม เพื่อนชาวอเมริกันมักถามผมว่าที่ญี่ปุ่นมีสภาพอากาศเป็นอย่างไร ผมว่าเป็นคำถามที่ตอบยากเพราะทางตอนเหนืออาจหนาวขนาดรัฐอะแลสกาในขณะที่ทางใต้อาจอบอุ่นเหมือนรัฐฮาวายก็มี

009

Q ช่วยเล่าเรื่องฤดูกาลของญี่ปุ่นให้ฟังอีกหน่อยได้ไหม

A ในพื้นที่ส่วนใหญ่ของญี่ปุ่นมักมีการแบ่งเป็น 4 ฤดูกาลให้เห็นอย่างชัดเจน

日本の気候

Q 日本はどんな気候ですか？

A アメリカやヨーロッパと同様に、日本には四季があります。12月から2月にかけての冬の時期はもっとも寒くなり、7月から9月までの夏の時期はたいへん暑くなります。東京の冬の最低気温が観測史上で最低だったのは零下9度（華氏15.8度）、最高気温は39.5度（華氏103.1度）です。

日本は南北に細長い国なので、同じ日であっても南北ではかなり気温が異なります。ときどきアメリカの友人が、日本の天気はどうかときいてきますが、これは答えにくい質問です。北の地方がアラスカ並みに寒くなるかと思えば、南の地方はハワイのように暖かくなることもあるのですから。

Q 日本の季節についてもっと詳しく教えてください。

A 日本のほとんどの地域で四季がはっきりと分かれています。

ฤดูใบไม้ผลิ

ฤดูใบไม้ผลิเป็นช่วงที่เหมาะสมที่สุดในการมาเยือนญี่ปุ่น เพราะคุณจะ
ได้ชมความงดงามของดอกไม้ต่าง ๆ ดอกซากุระของญี่ปุ่นเป็นที่เลื่องชื่อไป
ทั่วโลก ส่วนใหญ่เริ่มบานจากทางตอนใต้ของญี่ปุ่นประมาณช่วงปลายเดือน
มีนาคม แนวดอกซากุระบานที่หมายถึงช่วงที่ดอกซากุระบานเต็มที่นั้นจะ
ค่อย ๆ เคลื่อนตัวไปยังทางเหนือ ดอกซากุระในแต่ละที่จะบานอยู่ราว 1
สัปดาห์ก่อนจะร่วงโรยไป ซึ่งฤดูกาลชมดอกไม้ทั่วญี่ปุ่นมักจะกินเวลานาน
ราว 3 เดือน

ผมยังจดจำช่วงเวลาที่ได้ชื่นชมดอกซากุระที่ญี่ปุ่นครั้งแรกได้เป็นอย่างดี
ผมเคยคิดว่าคนญี่ปุ่นมักจะขี้อายเวลาอยู่ต่อหน้าสาธารณชน แต่กลับได้เห็น
ภาพคนญี่ปุ่นที่แตกต่างออกไปใต้ต้นซากุระ คนญี่ปุ่นจะนั่งบนพื้น พูดคุย
ดื่มเหล้า และเต้นรำกัน

ช่วงดอกซากุระบาน ทั่วทุกหนทุกแห่งจะเต็มไปด้วยผู้คน ถึงขนาดที่ว่า
มีคนบางกลุ่มไปยังสวนสาธารณะก่อนดอกซากุระบานหลายวัน เพื่อจับจอง
พื้นที่ของตนใต้ต้นซากุระ ถือเป็นงานเลี้ยงอันยิ่งใหญ่ที่ไม่ว่าใครก็สามารถใช้
เวลาอย่างสนุกสนานร่วมกันได้ หากคุณเดินไปใกล้ ๆ อาจจะมีใครสักคน
ชวนคุณนั่งร่วมวงด้วยก็ได้

ฤดูร้อน

เมื่อสิ้นสุดช่วงหน้าฝนแล้ว อากาศจะร้อนอบอ้าวขึ้นมาก โดยหลัง ๆ
มานี้อากาศในฤดูร้อนยิ่งร้อนขึ้นกว่าเดิม ผู้คนจำนวนมากโดยเฉพาะผู้ที่
อาศัยอยู่ในเมืองหลวงต่างเป็นกังวลกับปรากฏการณ์โลกร้อน สิ่งหนึ่งที่หันเห
ความสนใจจากเรื่องอากาศร้อนได้คือ การไปเที่ยวชมงานเทศกาลต่าง ๆ
ในฤดูร้อนจะมีการจัดงานต่าง ๆ มากมาย โดยเฉพาะงานรำวงบงโอโดริและ
งานแสดงดอกไม้ไฟที่ได้รับความนิยมเป็นพิเศษ

春

　春は日本を訪れるのにまたとない絶好の時期です。美しい花々が見られるからです。日本の桜は世界中で知られています。だいたい3月の終わりごろに日本の南部から咲き始めます。桜の開花時期を示す「桜前線」は少しずつ北へ移動していくため、各地の桜は1週間ほどで散ってしまいますが、日本全体でいえば花の季節が3ヵ月近くも続きます。

　初めて日本で桜の時期を過ごしたときのことは忘れられません。日本人は人前ではいつも恥ずかしがり屋だと思っていました。しかし桜の木々の下では日本人の違う面を見ました。人々は地面にすわっておしゃべりをしてお酒を飲み、踊っていたのです。

　桜の時期はまさにいたるところに人がいます。なかには花が咲く何日も前から公園に行って、木の下に自分たちの場所を確保する人までいるほどです。これはさながら一大パーティで、誰もが楽しいひとときを過ごします。近くを歩いていれば、きっと仲間に入らないかと誘われるでしょう。

夏

　梅雨の時期が終わると、非常に蒸し暑くなります。最近は夏がぐっと暑くなり、とくに大都市では多くの人が地球温暖化を心配しています。でもこの暑さを忘れる方法がひとつ、それはお祭りに行くことです。夏は多くのお祭りが開催されます。盆踊りと花火大会はとくに人気があります。

ฤดูใบไม้ร่วง

คนจำนวนมากที่มาเยือนญี่ปุ่นคิดว่าฤดูใบไม้ร่วงเป็นฤดูที่ดีที่สุด เพราะว่าอากาศเย็นสบายและได้ชมใบไม้เปลี่ยนสีอันงดงาม มีการจัดงานเทศกาลฤดูใบไม้ร่วงกันหลายแห่งตั้งแต่ต้นเดือนกันยายนยาวไปจนถึงต้นเดือนพฤศจิกายน หนึ่งในนั้นรวมถึงเทศกาลไหว้พระจันทร์ด้วย

ฤดูหนาว

ฤดูหนาวจะแตกต่างกันไปตามแต่ละพื้นที่ ลมหนาวที่พัดมาจากเขตไซบีเรียประมาณช่วงปลายเดือนพฤศจิกายนจะพัดพาฝนและหิมะมาด้วย ซึ่งส่งผลกระทบต่อพื้นที่แถบชายฝั่งทะเลญี่ปุ่น พื้นที่จังหวัดที่มีหิมะตกหนัก ได้แก่ ฟุกุอิ อิชิกาวะ โทยามะ และนีงาตะซึ่งอยู่ทางตอนเหนือของภูมิภาคโฮกุริกุ

ส่วนพื้นที่แถบมหาสมุทรแปซิฟิกนั้นจะมีอากาศอบอุ่นมากกว่า เช่น อุณหภูมิเฉลี่ยในฤดูหนาวที่โตเกียวจะอยู่ที่ 5 องศาเซลเซียสเท่านั้น แต่นับเป็นเรื่องโชคดีที่ว่าในญี่ปุ่นไม่ว่าคุณจะไปที่ไหนมักจะมีออนเซนเสมอ และการแช่ในออนเซนกลางฤดูหนาวนี่แหละ เป็นช่วงเวลาที่มีความสุขที่สุดในโลก

[010] **Q** ที่ญี่ปุ่นฝนตกเยอะไหม

A ฝนจะตกช่วงหน้าฝน ตั้งแต่ประมาณต้นเดือนมิถุนายนจนถึงกลางเดือนกรกฎาคม เราจะเรียกช่วงนี้ว่า ทสึยุ

ปริมาณฝนโดยเฉลี่ยที่ตกในเดือนมิถุนายนคือ 185 มิลลิลิตร แต่ไม่ใช่ว่าฝนจะตกหนักทุกวัน ฝนจะตกและหยุดสลับกันไป ศจ.โดนัล คีน

秋

　日本を訪れる人の多くは、秋は最高の季節だと思うようです。天気がおだやかで美しい紅葉が見られます。9月初旬から11月初旬にかけて、今度は秋のお祭りが盛んに行われ、「お月見」もその1つです。

冬

　冬の様子は地域によって大きく異なります。11月の終わりごろにシベリアから吹く寒風が雨と雪を運んできます。これにより日本海沿岸の地域が影響を受けます。福井、石川、富山、そして新潟県の北陸地方は豪雪地域です。

　いっぽう太平洋側の地域は、はるかにおだやかな気候です。たとえば東京の冬の平均気温はわずか5度です。しかし幸運にも、日本はどこに行ってもほとんどかならず温泉があります。そして真冬の温泉こそ、この世にまたとない至福のひとときなのです。

Q 日本は雨が多いのですか？

A　雨はほぼ6月初めから7月半ばまでのあいだの「雨季」に集中して降ります。この時期は「梅雨」と呼ばれます。

　6月の平均降雨量は185ミリです。といっても毎日激しい雨が降るわけではありません。降ったりやんだりがつづきます。か

ผู้โด่งดัง ครั้งหนึ่งเคยกล่าวไว้ว่า *"ญี่ปุ่นมี 5 ฤดู ฤดูที่ 5 ก็ช่วงทสึยุนี่แหละ"* ช่วงนี้เป็นช่วงที่อากาศร้อนมากและมีฝนตก ไม่ใช่ช่วงที่อยู่สบายเอาเสียเลย แต่บางครั้งก็มีบ้างที่เมฆหมอกพัดผ่านไปและอากาศดีขึ้น

011 ภัยพิบัติทางธรรมชาติของญี่ปุ่น

Q เกิดแผ่นดินไหวที่ญี่ปุ่นบ่อยไหม

A บ่อยครับ ญี่ปุ่นตั้งอยู่บนเปลือกโลกหลายแผ่น เมื่อแผ่นเปลือกโลกมีการเคลื่อนที่ก็จะทำให้เกิดแผ่นดินไหว แผ่นเปลือกโลกที่อยู่รายล้อมมหาสมุทรแปซิฟิกนั้น รู้จักกันในนามว่า วงแหวนแห่งไฟ

เนื่องจากญี่ปุ่นอยู่บริเวณแนวภูเขาไฟ จึงเกิดแผ่นดินไหวบ่อยครั้งกว่าประเทศอื่น ๆ และมีภูเขาไฟมากมาย สำหรับคนส่วนใหญ่ที่ย้ายมาพำนักอาศัยที่ญี่ปุ่นมักจะจดจำประสบการณ์แผ่นดินไหวครั้งแรกได้ไม่ลืม ผมเองตอนที่กำลังสอนภาษาอังกฤษอยู่ พอเกิดแผ่นดินไหวก็แทบจะพุ่งตัวออกไปด้านนอกเสียเดี๋ยวนั้น แต่ทว่าพวกนักเรียนของผมนี่สิ ยังคงพูดคุยกันต่อราวกับไม่มีอะไรเกิดขึ้น ดีที่ตอนนั้นเป็นแผ่นดินไหวเพียงเล็กน้อยเลยโล่งอกไปได้

の有名なドナルド・キーン教授はかつて「日本には5つの季節が
ある。5つめの季節は梅雨どきだ」と語っています。この時期は
猛烈に暑い雨模様の日もあり、快適どころではありません。しか
しときには雲が晴れて、とてもいい天気になることもあります。

日本の自然災害

Q 日本は地震がよく起こりますか？

A はい、起こります。日本は複数のプレート上に位置しており、こ
れらのプレートが動くときに地震が起こります。太平洋をとり
まくプレートは環太平洋火山帯と呼ばれています。

この火山帯のためにほかの国々にくらべて地震が多く、火山
もたくさんあります。日本に引っ越してきたほとんどの人に
とって、初めての地震体験は忘れがたいものです。私は英語を教
えていたのですが、地震が起きたときは外へ逃げ出したくなり
ました。しかし生徒たちはみんな、何ごともなかったかのように
おしゃべりをつづけているのです。あのときはほんの小さな地
震でほっとしました。

012

Q ที่ญี่ปุ่นมีมาตรฐานการวัดความรุนแรงแผ่นดินไหวเฉพาะของตัวเองจริงหรือ

A จริงครับ ในประเทศส่วนใหญ่จะใช้มาตราริกเตอร์เพื่อวัดความรุนแรงของแผ่นดินไหว มาตรานี้จะใช้วัดปริมาณพลังงานที่ปลดปล่อยออกมายังจุดศูนย์กลางของแผ่นดินไหว

แต่ในญี่ปุ่นโดยทั่วไปจะใช้มาตรฐานการวัดความรุนแรงแผ่นดินไหวที่เรียกว่า ชินโดะ ซึ่งจะแสดงให้เห็นถึงความรุนแรงของแผ่นดินไหวที่อยู่ในพื้นที่ที่กำหนด วิธีนี้จะเป็นการตรวจวัดระดับความสั่นสะเทือนในแต่ละพื้นที่ที่เข้าใจได้ง่าย

แผ่นดินไหวระดับ 1 เป็นระดับที่คนยืนอยู่นิ่ง ๆ สามารถรับรู้แรงสั่นสะเทือนได้เพียงเล็กน้อย ระดับ 2 และ 3 เป็นระดับที่สั่นไหวเล็กน้อย แต่ไม่ถึงขั้นเกิดความเสียหาย แต่ถ้าเป็นระดับ 4 สิ่งของจะเริ่มตก ระดับ 5 จะเกิดความเสียหายครั้งใหญ่ หากกลายเป็นระดับ 6 หรือ 7 จะถือเป็นแผ่นดินไหวใหญ่ขั้นรุนแรง

013

Q แผ่นดินไหวใหญ่ครั้งรุนแรงที่สุดของญี่ปุ่นคือแผ่นดินไหวครั้งใด

A ตามประวัติศาสตร์ญี่ปุ่นสมัยใหม่ แผ่นดินไหวใหญ่ครั้งเลวร้ายที่สุดคือ แผ่นดินไหวครั้งใหญ่คันโตที่เกิดขึ้นในปี ค.ศ. 1923 วัดแรงสั่นสะเทือนได้ 7.9 แมกนิจูด โดยมีผู้เสียชีวิตและสูญหายถึง 142,800 คน

ส่วนแผ่นดินไหวครั้งใหญ่ฮันชินที่เกิดขึ้นในเมืองโกเบในเช้าวันที่ 17 มกราคม ปี ค.ศ. 1995 เวลา 5.46 น. ก็มีผู้เสียชีวิตกว่า 6,000 คน

Q 日本には独自の地震の尺度があるというのはほんとうですか？

A はい、あります。たいていの国では地震の大きさを測定するのにリヒター・スケールが使われます。これは地震が放出するエネルギー量を、震源地で測定する仕組みです。

　しかし日本では「震度」と呼ばれる尺度のほうが一般的に使われています。「震度」は、特定の地点での地震の強さを表します。これは、様々な地域ごとの揺れの程度がわかりやすい測定方法です。

　動かずにじっと立っている人だけが感じるかすかな地震は震度1です。震度2や3も揺れは小さく、被害は起きません。しかし震度4だと物が落ちてくるようになり、震度5ではさらに大きな被害が起こり、6や7になると深刻な大地震です。

Q これまでに日本を襲った最大の地震は何ですか？

A 近代の日本史上で最悪クラスの地震は1923年に起こった関東大震災です。これはマグニチュード7.9で、14万2800人もの人々が死亡または行方不明になりました。

　神戸で1995年1月17日の朝5時46分に起こった阪神大震災では6000人が亡くなりました。このときは日本の尺度で震度

มีการบันทึกว่า หากใช้มาตรฐานการวัดความรุนแรงของญี่ปุ่นแล้ว มีความรุนแรงถึงระดับ 7 ทีเดียว แผ่นดินไหวครั้งนี้เป็นภัยพิบัติครั้งใหญ่ของญี่ปุ่นนับตั้งแต่สงครามโลกครั้งที่ 2 สิ้นสุดลง ญี่ปุ่นได้บทเรียนมากมายจากแผ่นดินไหวดังกล่าว จึงมีความพยายามที่จะเตรียมการรับมือกับการเกิดแผ่นดินไหวและภัยพิบัติอื่น ๆ อย่างเต็มที่

ในวันที่ 23 ตุลาคม ปี ค.ศ. 2004 เกิดแผ่นดินไหวครั้งใหญ่ขึ้นอีกคือ แผ่นดินไหวในเขตชูเอทสึ จังหวัดนีงาตะ ซึ่งได้รับการบันทึกว่ามีความรุนแรงระดับ 7 ตามมาตรฐานการวัดของญี่ปุ่น หรือ 6.8 แมกนิจูด แผ่นดินไหวใหญ่ครั้งนี้มีผู้เสียชีวิต 40 คน และบาดเจ็บกว่า 4,000 คน ทั้งยังสร้างความเสียหายอย่างมหาศาล นับเป็นครั้งแรกในประวัติศาสตร์ที่เกิดเหตุรถไฟชิงกันเซนตกราง แต่ก็ไม่มีผู้โดยสารคนไหนได้รับบาดเจ็บแม้แต่รายเดียว

แผ่นดินไหวใหญ่ครั้งรุนแรงในประวัติศาสตร์ที่เกิดขึ้นเมื่อไม่นานนี้คือ แผ่นดินไหวในภูมิภาคโทโฮกุ เมื่อวันที่ 11 มีนาคม ปี ค.ศ. 2011 แผ่นดินไหวใหญ่ครั้งนี้ก่อให้เกิดความเสียหายอย่างรุนแรงโดยเฉพาะบริเวณแถบชายฝั่งมหาสมุทรแปซิฟิกของภูมิภาคดังกล่าว และเรียกได้ว่าเป็นแผ่นดินไหวขนาดใหญ่อันดับที่ 5 ของโลกนับตั้งแต่มีการบันทึกในปี ค.ศ. 1900 เป็นต้นมา โดยมีผู้เสียชีวิต 15,883 คน ได้รับบาดเจ็บ 6,150 คน และสูญหาย 2,643 คน แผ่นดินไหวครั้งนี้ก่อให้เกิดความเสียหายครั้งยิ่งใหญ่ตั้งแต่เกิดคลื่นสึนามิ รวมทั้งก่อให้เกิดความเสียหายที่โรงไฟฟ้านิวเคลียร์ฟุกุชิมะไดอิจิในจังหวัดฟุกุชิมะด้วย

７が記録されました。これは第二次世界大戦が終わって以来、日本で起こった最大規模の災害です。日本はこの地震から多くを学び、地震やほかの災害への備えを強化しようとしています。

2004年10月23日にも大きな地震が起こりました。日本の尺度で震度７、リヒター・スケールでは6.8を記録した新潟中越地震です。この地震で40人が亡くなり、4000人が負傷し、大きな被害がでました。このとき史上初めて新幹線が脱線しましたが、負傷した乗客は１人もいませんでした。

最近起こった史上最大の地震は、2011年３月11日に起こった東日本大震災です。この地震は太平洋岸の東北地方にとりわけ深刻な被害をもたらしました。これは1900年に記録を始めて以来、世界で５番目に規模の大きい地震です。１万5883人が亡くなり、6150人が負傷、そして2643人が行方不明となりました。この地震は、その後に起こった津波とともに、福島県にある福島第一原子力発電所を破壊し、大災害をひき起こしました。

014 Q ที่ญี่ปุ่นมีพายุไต้ฝุ่นมากไหม

A มากครับ ใน 1 ปีมีความเป็นไปได้ว่าพายุไต้ฝุ่นจะมาเมื่อใดก็ได้ หน้าพายุไต้ฝุ่นส่วนใหญ่จะเริ่มตั้งแต่เดือนพฤษภาคม-พฤศจิกายน แต่จะทวีความรุนแรงขึ้นในช่วงเดือนสิงหาคมและเดือนกันยายน ในทุกๆ ปี จะเกิดพายุไต้ฝุ่นประมาณ 27 ลูก แต่ลูกที่จะพัดถล่มเข้าพื้นที่ใจกลางของ ญี่ปุ่นนั้นมีอย่างมากเพียง 3 ลูก โดยส่วนใหญ่มักจะพัดถล่มเข้าทางตอนใต้ ของญี่ปุ่นบ่อยครั้งกว่า ซึ่งในบางครั้งอาจก่อให้เกิดความเสียหายครั้งรุนแรง ตามมาด้วย

015 Q ที่ญี่ปุ่นมีภูเขาไฟหลายลูกใช่ไหม

A ใช่ครับ อันที่จริงแล้วภูเขาไฟมีพลังที่ปรากฏขึ้นบนโลก 7.1% อยู่ใน ญี่ปุ่น ซึ่งถ้านับรวมภูเขาไฟฟูจิด้วยแล้ว ภูเขาไฟมีพลังจะมีมากกว่า 110 แห่ง ส่วนภูเขาไฟที่สงบแล้วมีมากกว่า 100 แห่ง รัฐบาลญี่ปุ่นยังทำ การสำรวจภูเขาไฟมีพลังอยู่อย่างละเอียด โดยหวังว่าจะสามารถคาดการณ์ ช่วงเวลาที่จะเกิดเหตุการณ์ภูเขาไฟระเบิดเพื่อประกาศเตือนภัยให้ผู้คนที่ อาศัยอยู่ในบริเวณใกล้เคียงทราบได้

Q 日本は台風が多いのですか？

A はい。年中いつでも台風がやってくる可能性はあるのですが、おもな台風シーズンは5月から11月です。ほとんどの台風は8月と9月に襲来します。例年およそ27個の台風が発生しますが、日本の中心地域を襲うのはせいぜい3個ほどです。台風はとくに日本の南部をしばしば襲い、ときには深刻な被害をもたらします。

Q 日本には火山がたくさんありますか？

A はい。実は世界に存在する活火山の7.1パーセントが日本にあるのです。富士山を含めて110以上の活火山があり、休火山は何百もあります。日本の政府は活火山を詳細に調査しています。近くに住む人たちに警報を出せるよう、噴火時期の予知の実現を目指しています。

016 役立つタイ語表現　ข้อมูลที่เป็นประโยชน์

□ 日本の人口が1億を超えたのは、1967年からです。
ญี่ปุ่นมีประชากรเกิน 100,000,000 คนตั้งแต่ปี ค.ศ. 1967

□ 日本は人口密度の高い、混み合った国です。
ญี่ปุ่นเป็นประเทศที่มีประชากรหนาแน่นและมีคนอาศัยอยู่กันอย่างแออัด

□ 日本で手に入る天然資源ではこの国の抱える巨大な人口を支えることはできません。
ทรัพยากรธรรมชาติที่หาได้ในญี่ปุ่น ไม่สามารถรองรับจำนวนประชากรอันมหาศาลของประเทศนี้ได้

□ 日本は極東に位置しており、隣国は韓国、中国、ロシアです。
ญี่ปุ่นตั้งอยู่ในแดนตะวันออกไกล มีประเทศเพื่อนบ้าน คือ เกาหลีใต้ จีน และรัสเซีย

□ 日本は環太平洋地域の国のひとつです。
ญี่ปุ่นจัดเป็นหนึ่งในกลุ่มประเทศแถบมหาสมุทรแปซิฟิก

□ 東京からサンフランシスコまでの距離は8277キロです。
ระยะทางจากโตเกียวถึงเมืองซานฟรานซิสโกคือ 8,277 กิโลเมตร

□ アメリカの面積は日本の約25倍です。
อเมริกามีขนาดพื้นที่ใหญ่เป็น 25 เท่าของญี่ปุ่น

□ ロシアの面積は日本の約45倍、中国は25倍もあります。
รัสเซียมีขนาดพื้นที่ใหญ่เป็น 45 เท่าของญี่ปุ่น ส่วนจีนมีขนาดพื้นที่ใหญ่เป็น 25 เท่าของญี่ปุ่น

☐ 日本はカリフォルニア州より少し小さいです。
　ญี่ปุ่นมีขนาดเล็กกว่ารัฐแคลิฟอร์เนียเพียงเล็กน้อย

☐ 日本はサイズとしては小さいですが、経済力は大きいです。
　ถึงญี่ปุ่นจะเป็นประเทศขนาดเล็ก แต่มีความยิ่งใหญ่ทางอำนาจเศรษฐกิจ

☐ 本州は日本で一番大きな島で、イギリスより少し大きいです。
　เกาะฮอนชูเป็นเกาะใหญ่ที่สุดของญี่ปุ่น และยังใหญ่กว่าอังกฤษด้วยเล็กน้อย

☐ 日本のほぼ全域が温帯に属しています。
　พื้นที่ส่วนใหญ่ของญี่ปุ่นอยู่ในเขตอบอุ่น

☐ 日本の気候は基本的には温暖ですが、北と南で大きく異なります。
　สภาพภูมิอากาศในญี่ปุ่นโดยทั่วไปเป็นอากาศอบอุ่น แต่มีความแตกต่างกันมาก
　ระหว่างทางตอนเหนือกับทางตอนใต้

☐ 日本には梅雨とよばれる雨季があり、その期間はじめじめしています。
　ญี่ปุ่นมีฤดูฝนที่เรียกว่า ทสึยุ ซึ่งอากาศจะชื้นขึ้นในช่วงนั้น

☐ 日本では多くの地震が起きています。
　ที่ญี่ปุ่นมีแผ่นดินไหวเกิดขึ้นบ่อยครั้ง

☐ 日本列島に山が多いのは、火山活動が活発な地域に位置しているからです。
　หมู่เกาะญี่ปุ่นมีภูเขาหลายลูก เนื่องจากตั้งอยู่บนพื้นที่ซึ่งมีภูเขาไฟปะทุอยู่

☐ 東日本大震災後の津波で、数えきれないほどの家屋やビルが破壊されました。
　ตึกรามบ้านช่องนับไม่ถ้วนถูกทำลายจากสึนามิเมื่อครั้งเกิดแผ่นดินไหวในภูมิภาค
　โทโฮกุ ปี ค.ศ. 2011

1-2 ประวัติศาสตร์ญี่ปุ่น

017 ประวัติศาสตร์ยุคโบราณ

Q เราจะย้อนประวัติศาสตร์ญี่ปุ่นกลับไปได้ไกลขนาดไหน

A สมัยโจมนซึ่งเป็นยุคก่อนประวัติศาสตร์กินระยะเวลา 10,000-300 ปีก่อนคริสตกาล ส่วนใหญ่แล้วโบราณวัตถุที่พบในสมัยนี้จะเป็นพวกเครื่องปั้นดินเผา หรืออุปกรณ์เครื่องมือต่าง ๆ ในปัจจุบันบรรดานักวิจัยพิสูจน์ว่ามีความเป็นไปได้ที่สมัยนี้จะมีการจัดระบบสังคมเป็นอย่างดี แต่เราก็ยังไม่รู้รายละเอียดเท่าไรนัก

ญี่ปุ่นในสมัยโจมนยังไม่อาจเรียกได้ว่าเป็นประเทศ เนื่องจากมีการรวมตัวกันของหลายชนเผ่าและชาติพันธุ์ และยังมีตำนานเทพเจ้าที่เล่าขานถึงบุคคลผู้มีนามว่า จิมมุ ผู้สืบเชื้อสายจากเทพอามาเตราสุหรือเทพธิดาแห่งพระอาทิตย์อีกด้วย กล่าวกันว่า บุคคลผู้นี้ได้ก่อตั้งประเทศขึ้นเมื่อ 660 ปีก่อนคริสตกาล และกลายมาเป็นจักรพรรดิองค์แรกของญี่ปุ่น

1-2 日本の歴史

古代の歴史

Q 日本の歴史はどのぐらいまで遡ることが可能ですか？

A 有史以前の縄文時代は紀元前１万年から紀元前300年までつづきました。この時代の遺物は土器や道具類がほとんどです。近年、研究者たちによって、この時代に高度に組織化された社会が存在した可能性があるということが判明しましたが、あまり多くのことはわかりません。

縄文時代の日本は、厳密にいうと国ではありませんでした。様々な種族や部族の集まりだったのです。太陽の女神、天照大御神の子孫である神武という人物について語られた神話があります。彼は紀元前660年に日本を建国し、日本の初代天皇になったといわれています。

018

Q ญี่ปุ่นก่อตั้งเป็นประเทศขึ้นมาได้อย่างไร

A ในสมัยโคฟุนมีชนเผ่าที่สามารถครอบครองอำนาจการปกครองส่วนใหญ่ไว้ได้ และนำไปสู่จุดเริ่มต้นของการเกิดราชวงศ์ เจ้าชายโชโตกุ ซึ่งมีพระราชสมภพเมื่อปี ค.ศ. 574 ในจักรพรรดิโยเม ทรงมีความสนพระราชหฤทัยในการศึกษาเล่าเรียนเกี่ยวกับประเทศจีน ซึ่งถือเป็นหนึ่งในหลายประเทศที่พัฒนาแล้วของโลก ยิ่งไปกว่านั้นยังทรงมีพระราชดำริให้จัดตั้งรัฐบาลญี่ปุ่นเหมือนกับจีนในตอนนั้น การที่ญี่ปุ่นรับระบบการเขียนอักษรคันจิจากจีนมาใช้ก็เกิดขึ้นในสมัยนี้เช่นกัน ในปี ค.ศ. 604 เจ้าชายโชโตกุได้ทรงร่างพระราชบัญญัติประกอบรัฐธรรมนูญ 17 มาตรา ซึ่งนับว่าเป็นกฎหมายที่ตราขึ้นเป็นลายลักษณ์อักษรฉบับเก่าแก่ที่สุดของญี่ปุ่น

019

ญี่ปุ่นในยุคกลาง

Q เหล่าซามูไรได้อำนาจมาอย่างไร

A ในญี่ปุ่นจักรพรรดิมีพระราชอำนาจมาเป็นระยะเวลายาวนาน แต่ในปี ค.ศ. 1192 เมื่อมินาโมโตะ โนะ โยริโตโมะ ได้จัดตั้งรัฐบาลทหารขึ้นที่เมืองคามาคุระ เหล่าซามูไรจึงค่อย ๆ เข้ามามีบทบาทแทนที่ กล่าวคือ จักรพรรดิทรงดำรงสถานะเป็นสัญลักษณ์ของอำนาจ แต่ผู้ที่มีอำนาจแท้จริงกลับเป็นชนชั้นซามูไร

Q 日本はどのようにして国家となったのですか？

A 古墳時代に一部の部族の支配者が大きな勢力を得るようになりました。これが王朝時代の始まりです。574年、用明天皇のもとに聖徳太子が生まれました。彼は、世界でも有数の先進国だった中国について学ぼうと意欲的でした。彼はさらに、当時の中国と同じような政府を日本にもつくろうとしました。日本が中国から漢字という文字体系を導入したのはこの時代です。604年、聖徳太子は17条の憲法を制定しました。これは日本で最古の成文法です。

日本の中世

Q 武士はどうやって権力を得たのですか？

A 日本では長年、天皇が最高権力をもっていましたが、1192年に源頼朝が鎌倉幕府を開くと、武士がしだいに台頭していきました。天皇は力の象徴として存在しつづけましたが、実権をにぎったのは武士階級でした。

020 **Q** **สมัยสงครามเป็นยุคสมัยแบบไหน**

A สมัยสงครามที่มีความหมายว่า สมัยที่ทุก ๆ เมืองอยู่ระหว่างการทำสงคราม เป็นสมัยแห่งสงครามภายในประเทศ ตั้งแต่ราวกลางศตวรรษที่ 15 จนถึงต้นศตวรรษที่ 17

ในสมัยนั้นแม่ทัพผู้มีอำนาจชื่อ โอดะ โนบุนางะ ได้นำทัพสู้รบอยู่หลายครั้งเพื่อรวบรวมประเทศให้เป็นอันหนึ่งอันเดียวกัน แต่กลับถูกลอบสังหารในปี ค.ศ. 1582 หลังจากนั้นแม่ทัพอีกคนที่ชื่อ โทโยโตมิ ฮิเดโยชิ จึงขึ้นมามีอำนาจ และรวบรวมญี่ปุ่นจนเป็นอันหนึ่งอันเดียวกันสำเร็จในปี ค.ศ. 1590 ต่อมาเมื่อฮิเดโยชิเสียชีวิตลงในปี ค.ศ. 1598 โทกุงาวะ อิเอยาสุ ผู้เป็นลูกน้องก็ได้ขึ้นมามีอำนาจสูงสุดแทน ในปี ค.ศ. 1600 อิเอยาสุได้โค่นศัตรูคนสำคัญ ๆ ในสงครามเซกิกาฮาระ และกลายมาเป็นผู้ปกครองประเทศ หลังจากนั้นจึงมีการจัดตั้งรัฐบาลทหารเอโดะขึ้น ซึ่งตลอดช่วงสมัยเอโดะตั้งแต่ปี ค.ศ. 1603-1867 เป็นช่วงที่ญี่ปุ่นกลับคืนสู่ยุคแห่งสันติสุขในที่สุด

021 **Q** **เกิดอะไรขึ้นบ้างในสมัยเอโดะ**

A โทกุงาวะ อิเอยาสุ ได้ตั้งระบบในสังคมเรียกว่า ชิโนโกโช เป็นระบบที่ใช้กำกับชนชั้นผู้คนในสังคม โดยเรียงลำดับจากซามูไรที่เป็นชนชั้นสูงสุด ชาวนา ช่างฝีมือ และพ่อค้า และเพื่อให้การปกครองบ้านเมืองเป็นไปอย่างสงบสุขและมั่นคง จึงมีข้อบังคับให้เนรเทศชาวต่างชาติออกนอกประเทศ ทั้งยังกำหนดให้การติดต่อค้าขายกับชาวต่างชาติเป็นเรื่องผิดกฎหมาย ช่วงนี้เรียกว่า ช่วงปิดประเทศ การปิดประเทศนี้ดำเนินต่อเนื่องไปจนถึงปี ค.ศ.

Q 戦国時代とはどんな時代だったのですか？

A 「交戦中の国々の時代」という意味の戦国時代は、15世紀半ばから17世紀の初頭までつづいた内戦の時代です。

　当時、織田信長という有力な武将がいました。国を統一するために多くの戦争を戦いましたが、1582年に暗殺されます。すると豊臣秀吉という別の武将が台頭し、1590年に日本全国を統一しました。秀吉が1598年に亡くなると、彼の家臣だった徳川家康がトップの座につきます。家康は1600年の関ヶ原の戦いでおもだった敵を倒し、この国の支配者となります。そして江戸幕府を開き、1603年から1867年までの江戸時代のあいだ、ようやく日本に平和な時代が戻ったのです。

Q 江戸時代にはどんなことがありましたか？

A 徳川家康は武士を頂点に、農民、職人、商人の順に身分を定めた「士農工商」の社会制度を確立しました。また、治世の安定を保つためにすべての外国人を国外へ退去させ、外国人との通商を違法としました。これを「鎖国時代」と呼びます。鎖国は、1853年アメリカ人のマシュー・C・ペリーが船団をしたがえて日本へやってくるまでつづきました。

1853 ซึ่งเป็นช่วงที่ชาวอเมริกันชื่อ แมทธิว ซี เพอร์รี่ ได้เดินเรือมาถึงญี่ปุ่น

022

ประวัติศาสตร์สมัยใหม่

Q ญี่ปุ่นเข้าสู่สมัยใหม่เมื่อใด

A ชาวต่างชาติที่พำนักอาศัยในญี่ปุ่นนั้นมีทั้งคนที่รู้เรื่องราวเกี่ยวกับวัฒนธรรมและประเทศนี้เป็นอย่างดี แต่ในทางกลับกันก็มีคนที่ไม่มีความรู้ใด ๆ เลยเช่นกัน ครั้งหนึ่งผมเคยพบชายคนหนึ่งที่เพิ่งเดินทางมาที่ญี่ปุ่น ชายคนนั้นพูดว่า เขาผิดหวังที่หาซามูไรและนินจาไม่พบ

เมื่ออำนาจการปกครองคืนสู่จักรพรรดิและเริ่มเข้าสู่สมัยเมจิ ระบบการปกครองของซามูไรก็สลายไปจนหมดสิ้น โดยสมัยเมจิเริ่มนับจากปี ค.ศ. 1868-1912 ญี่ปุ่นในสมัยนี้มีความมุ่งมั่นพยายามที่จะเป็นประเทศสมัยใหม่ทัดเทียมกับประเทศมหาอำนาจของโลก

ประเทศนี้พัฒนาขึ้นอย่างก้าวกระโดดด้วยเวลาอันสั้น สาเหตุหนึ่งที่ทำให้เกิดการเปลี่ยนแปลงอย่างรวดเร็วเช่นนี้ คือ การที่รัฐบาลจ้างงานชาวต่างชาติถึง 3,000 คน ซึ่งชาวต่างชาติเหล่านั้นเดินทางมาญี่ปุ่นเพื่อสอนภาษาอังกฤษ เทคโนโลยีทางวิศวกรรม และวิทยาศาสตร์ และในสมัยนี้ก็มีนักเรียนญี่ปุ่นจำนวนมากเดินทางไปศึกษาต่อยังทวีปอเมริกาและยุโรปด้วย การที่รัฐบาลสนับสนุนเงินทุนด้านบุคลากรและองค์กรธุรกิจ ส่งเสริมให้เกิดการพัฒนายิ่งขึ้น ในสมัยนี้องค์กรธุรกิจขนาดใหญ่ที่เรียกว่า ไซบัทสึ เช่น มิตซูบิชิ มิตซุย ฯลฯ ได้พัฒนาไปอย่างมาก อีกทั้งญี่ปุ่นยังเริ่มติดต่อค้าขายกับประเทศต่าง ๆ ในทวีปเอเชีย เพื่อสนับสนุนการเจริญเติบโตของประเทศด้วย

日本の近代史

Q 日本の近代史が始まったのはいつですか？

A 日本にいる外国人には、この国と文化についての知識が豊富な人もいれば、まったく知らない人もいます。以前、日本に来たばかりだという男性に会いました。その男性は、侍も忍者も見つからなくてがっかりしたと言うのです。

天皇が権力をとり戻し、明治時代が始まったときに侍は消滅しました。明治時代は1868年から1912年までです。この時代の日本は、近代国家となって世界の列強に並ぼうと懸命に努力をしました。

この国はごく短い期間で飛躍的な進歩を遂げました。これほど急速に変貌できた理由の1つは、政府による3000人もの外国人の雇用でした。こうした外国人たちが日本に来て、英語や工学技術、科学を教えたのです。この時代には日本からも多くの学生がアメリカやヨーロッパへと留学しています。政府は人材や企業に資金を提供することによって、発展を支えました。この時期には三菱、三井などの「財閥」と呼ばれる大企業がおおいに発展します。国の成長を持続するために、日本はほかのアジア諸国との貿易を始めました。

ช่วงระหว่างปี ค.ศ. 1894-1895 ญี่ปุ่นทำสงครามกับจีนบนคาบสมุทร
เกาหลีในสงครามจีน-ญี่ปุ่น และได้รับชัยชนะ ญี่ปุ่นที่ได้ทำสนธิสัญญา
สัมพันธไมตรีกับอังกฤษในปี ค.ศ. 1902 นั้น ยังได้รับชัยชนะในสงคราม
รัสเซีย-ญี่ปุ่นที่เกิดขึ้นที่แมนจูเรียตั้งแต่ปี ค.ศ. 1904 จนถึงปีต่อมาด้วย
ส่วนในสมัยสงครามโลกครั้งที่ 1 ญี่ปุ่นก็ทำการยึดดินแดนในจีนและมหาสมุทร
แปซิฟิกซึ่งอยู่ภายใต้อำนาจการปกครองของเยอรมนีมาครอบครอง

023 Q เหตุใดญี่ปุ่นจึงเข้าร่วมสงครามโลกครั้งที่ 2

A หลังสงครามโลกครั้งที่ 1 สิ้นสุดลง ทวีปยุโรปอ่อนแอและสูญเสีย
อำนาจการปกครองดินแดนในทวีปเอเชียไปมาก อีกด้านหนึ่งญี่ปุ่น
กลับทวีความเข้มแข็งมากขึ้น และถือเอาช่วงนี้เป็นโอกาสทองของตน

แต่ทว่าอเมริกากลับเกรงกลัวการที่ญี่ปุ่นแข็งแกร่งมากขึ้น จึงพยายาม
ที่จะหยุดยั้งความเคลื่อนไหวของญี่ปุ่นในหลายดินแดนของทวีปเอเชีย ช่วงนี้
กองทัพญี่ปุ่นครองอำนาจสูงสุด และมีคำสั่งให้เข้าโจมตีอ่าวเพิร์ลฮาร์เบอร์
ที่หมู่เกาะฮาวาย แม้ในกลุ่มของรัฐบาลเองจะมีความพยายามที่จะหยุดยั้ง
การโจมตีในครั้งนี้ แต่เนื่องจากกองทัพมีอำนาจมากจึงไม่อาจยุติการโจมตี
ลงได้

024 Q ญี่ปุ่นเปลี่ยนแปลงไปอย่างไรภายหลังสงคราม

A ระหว่างสงครามมีผู้คนเป็นจำนวนมากยินดีที่จะพลีชีพเพื่อประเทศและ
องค์จักรพรรดิ เนื่องจากผู้คนเหล่านั้นส่วนใหญ่เชื่อว่าองค์จักรพรรดิ

1894年から1895年にかけての日清戦争で、日本は朝鮮半島の地で中国と戦い、勝利します。1902年に日英同盟を結んだ日本は、1904年から翌年にかけて満州で起こった日露戦争で、やはり勝利を収めます。第一次世界大戦では、中国と太平洋にあったドイツ領を奪いました。

Q 日本はなぜ第二次世界大戦に突入したのですか？

A 第一次世界大戦が終わると、ヨーロッパは弱体化し、アジアへの影響力をほとんど失いました。いっぽう当時の日本は非常に強大で、新たな好機を開拓していました。

　しかしアメリカは、日本があまりに強大化するのを恐れていました。そのためにアジア地域での日本の動きを抑えにかかりました。このころの日本では軍部が強権をもっており、ハワイの真珠湾を攻撃する決定をくだします。政府内にはこれを阻止しようとする動きもありましたが、軍部はあまりに強大で、止められませんでした。

Q 戦後の日本はどのように変わったのですか？

A 戦争中は、国と天皇のために喜んで死のうとする人々がたくさんいました。ほとんどすべての人が、天皇は神だと信じていたの

เป็นสมมุติเทพ แต่ทว่าภายหลังสงคราม ผู้คนเริ่มตระหนักว่าตัวเองถูกใช้เป็นเครื่องมือเพื่อสนับสนุนสงคราม ในปัจจุบันผู้คนยังคงเคารพจักรพรรดิในฐานะที่เป็นสัญลักษณ์ของประเทศ แต่ไม่มีความคิดที่ว่าพระองค์ทรงดำรงสถานะเป็นสมมุติเทพอีกต่อไป

เศรษฐกิจในช่วงสิ้นสุดสงครามพังทลายลงอย่างสิ้นเชิง คนส่วนใหญ่ยากจนมาก แม้กระทั่งการดำรงชีวิตอยู่ยังถือเป็นเรื่องยากลำบาก แต่คนญี่ปุ่นทุ่มเททำงานอย่างขยันขันแข็งเพื่อสร้างประเทศชาติใหม่อีกครั้ง ด้วยเหตุนี้การเติบโตทางเศรษฐกิจอย่างรวดเร็วจึงปรากฏให้เห็นตั้งแต่ช่วงกลางปี ค.ศ. 1950 จนถึงปลายปี ค.ศ. 1960

ปี ค.ศ. 1964 มีการจัดกีฬาโอลิมปิกฤดูร้อนที่โตเกียว ในปีนั้นญี่ปุ่นก็ได้เข้าร่วมเป็นสมาชิกองค์การเพื่อความร่วมมือทางเศรษฐกิจและการพัฒนา (OECD) และได้กลับมาเป็นหนึ่งในประเทศมหาอำนาจของโลกอีกครั้ง ตลอดจนถึงช่วงปี ค.ศ. 1980 คนส่วนใหญ่คิดว่าสาเหตุที่ญี่ปุ่นเป็นประเทศมหาอำนาจได้นั้น เกี่ยวเนื่องกับความร่วมมืออันแน่นแฟ้นระหว่างภาครัฐบาลกับองค์กรธุรกิจ

です。しかし戦後、人々は戦争を支持するよう操られていたことに気づきます。人々は今でも天皇を日本の象徴として敬っていますが、もはや天皇が神だとは思っていません。

　戦争が終わったときの経済はほぼ完全に破たんしていました。たいていの人はとても貧しく、生き残ることさえ困難だったのです。しかし日本人は国を立て直すために非常に勤勉に働きました。こうして1950年代の半ばから1960年代の終盤にかけて、急速な経済成長が実現します。

　1964年には東京で夏季オリンピックが開催され、日本はこの年にOECD（経済協力開発機構）にも加盟します。1980年代までには、日本はふたたび世界でも指折りの大国になりました。日本が大国になれた一因は、政府と企業の密接な協力関係にあると多くの人が考えています。

025 Q ญี่ปุ่นมีรูปแบบการปกครองแบบใด

A ในปัจจุบันญี่ปุ่นมีการปกครองระบอบประชาธิปไตยอันมีองค์จักรพรรดิทรงเป็นประมุข หลังสงครามโลกครั้งที่ 2 จักรพรรดิฮิโรฮิโตะ (จักรพรรดิสมัยโชวะ) ทรงประกาศต่อพสกนิกรว่าพระองค์ไม่ใช่สมมุติเทพ และขอดำรงสถานะเป็นเพียงสัญลักษณ์ของญี่ปุ่นตั้งแต่นี้สืบไป

026 Q รัฐธรรมนูญแห่งชาติของญี่ปุ่นบัญญัติขึ้นได้อย่างไร

A หลังสงครามโลกครั้งที่ 2 ญี่ปุ่นถูกอเมริกายึดครองประเทศแทบทั้งหมด นายพลดักลาส แมกอาเธอร์ ได้ดำรงตำแหน่งผู้บัญชาการทหารสูงสุดแห่งกองทัพฝ่ายพันธมิตรตั้งแต่ปี ค.ศ. 1945-1952 และภายใต้อำนาจของเขา รัฐธรรมนูญฉบับใหม่ก็ถูกบัญญัติขึ้นมาในปี ค.ศ. 1947

รัฐธรรมนูญฉบับใหม่นี้กำหนดให้ญี่ปุ่นงดเว้นจากการเข้าร่วมสงครามตลอดไป โดยช่วงยึดครองญี่ปุ่นสิ้นสุดลงจากการทำข้อตกลงในสนธิสัญญาสันติภาพซานฟรานซิสโกในปี ค.ศ. 1952 โดยที่เกาะโอกินาวาถูกมอบคืนแก่ญี่ปุ่นในปี ค.ศ. 1972

ปัจจุบันมีข้อโต้เถียงมากมายเกี่ยวกับรัฐธรรมนูญแห่งชาติของญี่ปุ่น คนส่วนใหญ่คิดว่าควรมีการแก้ไขรัฐธรรมนูญเพื่อให้สอดคล้องกับการเปลี่ยนแปลงของสถานการณ์โลก แต่ยังมีผู้คนอีกเป็นจำนวนมากวิตกว่าหากแก้ไขรัฐธรรมนูญแล้ว ญี่ปุ่นอาจก้าวเข้าสู่สงครามอีกครั้งก็เป็นได้

Q 日本はどのような政治体制ですか？

A 現在の日本の政治体制は立憲君主制です。第二次世界大戦後、裕仁天皇（昭和天皇）は国民にむけて、自分が神ではなく、日本の象徴としてのみ存在しつづけると宣言しました。

Q 日本国憲法はどのようにして制定されたのですか？

A 第二次世界大戦後、日本の国はすみずみまでアメリカ軍に占領されました。1945年から1952年まで、ダグラス・マッカーサー将軍が連合軍の最高司令官を務めました。彼のもとで、新憲法が1947年に制定されたのです。

この新憲法では日本が戦争を永久に放棄することが宣言されています。1952年のサンフランシスコ講和条約によって占領時代は終わり、1972年に沖縄も日本に返還されました。

現在、日本国憲法は多くの論議を呼んでいます。多くの人が、世界情勢の変化に対応するために憲法を改正するべきだと考えています。しかし憲法を改正すると、日本がふたたび戦争に向かっていきかねないと懸念する人も多くいます。

027 Q ญี่ปุ่นมีสัมพันธภาพอันดีกับประเทศอื่น ๆ ในทวีปเอเชียหรือไม่

A เป็นที่น่าเสียดายที่ญี่ปุ่นยังมีปัญหาที่ต้องสะสางอีกมาก มีประเทศในทวีปเอเชียจำนวนมากที่ไม่เป็นมิตรกับญี่ปุ่น เพราะประเทศเหล่านั้นรู้สึกว่าญี่ปุ่นไม่ได้กระทำการขอโทษอย่างเหมาะสมในเรื่องอาชญากรรมสงครามที่ก่อขึ้นในช่วงสงครามโลกครั้งที่ 2 รวมถึงสงครามก่อนหน้านั้น ทั้งที่ญี่ปุ่นให้ความช่วยเหลือและสนับสนุนด้านเงินทุนจำนวนมากแก่ประเทศต่าง ๆ ในทวีปเอเชีย แต่ก็ไม่ได้กระทำการขอโทษอย่างชัดเจน

ถึงอย่างนั้นดูเหมือนว่าวัยรุ่นญี่ปุ่นจะไม่ค่อยวิตกกับเรื่องราวในอดีตมากนัก โดยเฉพาะในปัจจุบันที่ความสัมพันธ์ระหว่างญี่ปุ่นกับเกาหลีใต้เป็นไปในทางที่ดีขึ้น แต่ความรู้สึกอันเลวร้ายที่ฝังรากลึกต่อกรณีพิพาทเหนือดินแดนเกาะทาเกชิมะกับกรณีปัญหาหญิงบำเรอช่วงสงครามโลกครั้งที่ 2 ที่เกิดปะทุขึ้นอีกครั้งก็ทำให้ความสัมพันธ์ทางการทูตสั่นคลอน

028 Q เพลงชาติของญี่ปุ่นเป็นเพลงแบบไหน

A เพลงชาติญี่ปุ่นชื่อเพลงว่า *"คิมิ งะ โยะ"* มีความหมายว่า แผ่นดินอันร่มเย็นของจักรพรรดิ เพลงนี้ถูกกำหนดให้เป็นเพลงชาติในปี ค.ศ. 1888 โดยฮายาชิ ฮิโรโมริ นักดนตรีฝ่ายพระราชสำนัก ประจำสำนักพระราชวังญี่ปุ่นได้ประพันธ์ทำนองขึ้นในปี ค.ศ. 1880

เนื้อเพลงในเพลงชาตินี้เป็นบทกลอนสั้นที่รวมอยู่ในหนังสือรวมกลอนสั้นช่วงต้นศตวรรษที่ 10 โดยเป็นกลอนที่มี 5 วรรค 31 พยางค์

Q 日本はほかのアジア諸国と友好的につき合っていますか？

A 残念ながら、対処しなければいけない問題がたくさんあります。アジアには日本に好感をもっていない国が多くあります。それは日本が第二次世界大戦中およびそれ以前に犯した戦争犯罪について適切な謝罪をしていないと感じているからです。日本はアジア諸国に多くの資金援助や支援をしていますが、明確な謝罪はなかなか実現できていません。

しかし若い日本人はあまり過去について心配していないようです。とくに日本と韓国の関係は近年かなり良好なものになっていました。しかし竹島をめぐる領土問題と第二次世界大戦中の慰安婦問題にたいする根強い悪感情が再浮上し、外交関係を混乱させました。

Q 日本の国歌はどんな歌ですか？

A 国歌は「君が代」と呼ばれ、これは「天皇の治世」を意味します。この曲は1888年に国歌とされました。宮内省雅楽局の音楽家だった林廣守が1880年に作曲しました。

国歌の歌詞は10世紀の短歌集に収められた短歌です。短歌とは5つの句、31の音節からなる詩です。

เนื้อร้องมีดังต่อไปนี้

"คิมิ งะ โยะ วะ
ชิโยะ นิ ยาชิโยะ นิ
ซาซาเระ อิชิ โนะ
อิวาโอะ โตะ นาริ เตะ
โคเกะ โนะ มุสุ มาเดะ"

029 Q ช่วยเล่าเรื่องธงชาติญี่ปุ่นให้ฟังหน่อย

A ธงชาติญี่ปุ่นมีรูปแบบที่เรียบง่ายคือ มีวงกลมใหญ่สีแดงอยู่บนพื้นสีขาว เรียกธงชาติว่า ฮิโนะมารุ มีความหมายว่า วงกลมแห่งพระอาทิตย์ และยังใช้เป็นสัญลักษณ์ของประเทศมาตั้งแต่ราวศตวรรษที่ 17 ฮิโนะมารุถูกกำหนดให้เป็นธงชาติของญี่ปุ่นอย่างเป็นทางการในฤดูร้อนปี ค.ศ. 1999

ผมยังจำได้ดีว่าเมื่อครั้งมาญี่ปุ่นแรก ๆ ใครสักคนเล่าเรื่อง *"ฮิโนะมารุเบนโต"* ผมรู้สึกสงสัยเลยลองสืบค้นดู แต่ก็ไม่พบความหมายในพจนานุกรม จนในที่สุดก็ได้รู้ว่ามันคือกล่องข้าวที่อัดข้าวจนเต็ม และวางบ๊วยสีแดงไว้ตรงกลาง 1 เม็ดนั่นเอง

歌詞は以下の通りです。

君が代は
千代に八千代に
さざれ石の
いわおとなりて
こけのむすまで

Q 日本の国旗について教えてください。

A 日本の国旗は白地に大きな赤い円という簡素なデザインです。旗は「日の丸」と呼ばれ、「太陽の円」という意味です。少なくとも17世紀から、国のシンボルとして使われてきました。「日の丸」は1999年の夏に正式に日本の国旗と制定されました。

　私が初めて日本に来たころ、誰かが「日の丸弁当」の話をしていたのを覚えています。不思議に感じたので調べてみましたが、辞書で意味を見つけられませんでした。あとでようやく、これが弁当箱にごはんを詰めて、中央に赤い梅干を1つ載せたものだとわかりました。

1-3 ราชวงศ์ญี่ปุ่น

🎧 **030**

Q จักรพรรดิทรงมีพระราชอำนาจทางการเมืองหรือไม่

A ตามมาตราที่ 1 ในรัฐธรรมนูญญี่ปุ่นที่ถูกบัญญัติขึ้นในปี ค.ศ. 1947 นั้น มีการกำหนดสิ่งที่จักรพรรดิทรงทำได้และไม่ได้ ในที่นี้ระบุว่าจักรพรรดิทรงเป็นสัญลักษณ์ของประเทศ และในมาตราที่ 7 ระบุว่าจักรพรรดิทรงทำสิ่งต่าง ๆ ได้ในฐานะของการเป็นผู้นำประเทศโดยได้รับความเห็นชอบจากคณะรัฐมนตรี จักรพรรดิทรงมีบทบาทหลายประการในฐานะพระประมุขของประเทศ ทรงทำหน้าที่ทางการทูตของญี่ปุ่นและถูกมองจากรัฐบาลต่างชาติว่าทรงเป็นตัวแทนของประเทศ นอกจากนั้นนายกรัฐมนตรีจะต้องได้รับการแต่งตั้งจากจักรพรรดิ แต่ทว่าในความเป็นจริงแล้วผู้ที่สามารถเลือกตัวนายกรัฐมนตรีได้นั้นก็คือพรรคการเมืองที่ถืออำนาจมากที่สุด

🎧 **031**

Q จักรพรรดิและจักรพรรดินีทรงมีพระราชกรณียกิจอะไรบ้าง

A พระบรมวงศานุวงศ์ทุกพระองค์จะทรงเข้าร่วมพระราชพิธีต่าง ๆ ตลอดทั้งปี โดยทรงเป็นประธานในพระราชพิธีมากมาย งานเลี้ยงพระกระยาหารกลางวันและงานเลี้ยงพระกระยาหารเย็น และทรงโปรดพระราชทาน

1-3 日本の皇室

Q 天皇には何らかの政治権力がありますか？

A 1947年に制定された日本国憲法の第1章には、天皇が行えることおよび行えないことが規定されています。ここには、天皇は国の象徴であると書かれています。第7条には、天皇が内閣の助言と承認にもとづいて、国家の元首としての行為ができると書かれています。天皇は、国家元首が行うような多くの役割を担っています。日本の外交官の役割を果たし、外国政府から国の代表者と見なされます。また、総理大臣はすべて、天皇の任命を受けなければなりません。しかし実際に選ぶのは最大の勢力をもつ政党です。

Q 天皇と皇后はどんなことをするのですか？

A 皇室の人々は一年じゅう、様々な行事に参加します。多くの儀式や昼食会、晩さん会を主催し、科学者や芸術家など海外から来た数多くの人々に会います。現在までに14以上の国を公式訪問し

พระบรมราชวโรกาสให้ชาวต่างประเทศจำนวนมาก อาทิ นักวิทยาศาสตร์ ศิลปินเข้าเฝ้าฯ ตราบถึงปัจจุบันนี้จักรพรรดิและจักรพรรดินีเสด็จพระราชดำเนินเยือนประเทศต่าง ๆ อย่างเป็นทางการแล้วมากกว่า 14 ประเทศ

ช่วงที่ผมอาศัยอยู่ที่ญี่ปุ่นจนกระทั่งถึงปัจจุบัน ผมเคยเห็นจักรพรรดินีมิชิโกะเพียงแค่ครั้งเดียว ครั้งนั้นผมเดินไปตามท้องถนน แล้วพบว่ามีผู้คนต่อแถวยืนคอยอะไรบางอย่าง ผมเลยลองเข้าไปถามว่าเกิดอะไรขึ้น มีคนบอกผมว่าอีกสักครู่องค์จักรพรรดิและจักรพรรดินีจะเสด็จพระราชดำเนินผ่านมาโดยรถยนต์พระที่นั่ง ไม่กี่นาทีต่อมาจักรพรรดินีมิชิโกะก็เสด็จพระราชดำเนินโดยรถยนต์พระที่นั่งมาทางด้านข้าง พระองค์ทรงลดกระจกหน้าต่างลงและโบกพระหัตถ์ให้กับฝูงชน แสดงให้เห็นความอ่อนน้อมถ่อมพระองค์เองเป็นอย่างมาก ทั้งยังดูงดงามสูงส่งด้วยเช่นกัน ผมรู้สึกว่าพระองค์ทรงแสดงให้เห็นถึงคุณลักษณะที่คนญี่ปุ่นยกย่องหลายประการอย่างแท้จริง

032 Q พระราชพิธีเสด็จขึ้นครองราชย์มีลักษณะอย่างไร

A พระราชพิธีนี้เรียกว่า ไดโจไซ เป็นพระราชพิธีที่จัดขึ้นเพื่อจักรพรรดิองค์ใหม่ที่ถือกำเนิดขึ้นจากเทพอามาเตราสุ เทพเจ้าเก่าแก่ของญี่ปุ่น พระราชพิธีนี้ถือเป็นพระราชพิธีที่สำคัญที่สุดของราชวงศ์

เกี่ยวกับต้นกำเนิดของพระราชพิธีไดโจไซนั้นมีเขียนไว้ในพงศาวดาร *"โคจิกิ"* ซึ่งเป็นบันทึกประวัติศาสตร์เก่าแก่ของญี่ปุ่นในตำนานเทพเจ้าเรื่อง *"เทนซนโกริน"* และ *"จิมมุเทนโน โทเซ"* ตำนานเทนซนโกรินมีเนื้อหาบอกเล่าเรื่องราวลูกหลานของเทพเจ้าแห่งดวงอาทิตย์ที่มีการเสด็จลงมาปกครองผืนพิภพ ส่วนตำนานจิมมุเทนโน โทเซ เป็นเรื่องเล่าเกี่ยวกับการเสด็จพระราชดำเนินไปยังทิศบูรพาของจักรพรรดิจิมมุ

ています。

　これまで日本に暮らしてきたあいだに、私は一度だけ美智子皇后を見たことがあります。通りを歩いていたら、人々が並びだして何かを待っている様子でした。何があるのかたずねてみると、もうすぐ皇后陛下が車でやってくるのだと教えられました。数分待っていると、美智子皇后がすぐそばを車で通っていきました。彼女は車のウィンドウを下げ、人々に手を振っていました。たいへんつつましやかで、しかも優美な雰囲気に見えました。日本人が尊ぶ気質の多くを、まさに彼女は体現していると感じました。

Q 即位式とはどんな儀式ですか？

A この儀式は大嘗祭と呼ばれ、日本の古代の女神、天照大神の精神にのっとって、新しい天皇を誕生させるために行われます。これは皇室にとって、もっとも重要な儀式です。

　大嘗祭の起源については、日本の古代の歴史書『古事記』の中の「天孫降臨」と「神武天皇東征」の神話に書かれています。「天孫降臨」は太陽の女神の子孫が地上に降臨するという内容、そして「神武天皇東征」は、神武天皇による東方への遠征の物語です。

Q องค์มกุฎราชกุมารจะทรงอภิเษกสมรสกับหญิงสามัญชนได้หรือไม่

A ครับ ได้ครับ องค์มกุฎราชกุมารอากิฮิโตะทรงอภิเษกสมรสกับคุณมิชิโกะ โชดะ บุตรสาวของนักธุรกิจเมื่อวันที่ 10 เมษายน ปี ค.ศ. 1959 ซึ่งนับเป็นวันแห่งความปีติยินดีที่สุดวันหนึ่งในประวัติศาสตร์ญี่ปุ่น ดร.ชินโซ โคอิซุมิ ผู้เป็นพระอาจารย์ขององค์มกุฎราชกุมารอากิฮิโตะมาเป็นระยะเวลายาวนานกล่าวไว้ว่า *"พระองค์ทรงเลือกเธอเฉกเช่นเดียวกับพวกเราทุกคน"*

ในอดีตแทบไม่มีตัวอย่างการอภิเษกสมรสขององค์มกุฎราชกุมารกับหญิงสามัญชนเลย แต่ยุคสมัยได้เปลี่ยนแปลงไปแล้ว จักรพรรดิและจักรพรรดินีทรงได้รับคำชื่นชมจากพสกนิกร องค์มกุฎราชกุมารฮิโรโนะมิยะ (เจ้าชายนารุฮิโตะ) ซึ่งจะทรงสืบพระราชบัลลังก์เป็นจักรพรรดิพระองค์ต่อไปนั้น ก็ทรงเลือกอภิเษกสมรสกับหญิงสามัญชนเช่นเดียวกัน โดยเจ้าหญิงมาซาโกะผู้เป็นองค์มกุฎราชกุมารีนั้นเคยทรงงานเป็นนักการทูตมาก่อน

Q 皇太子は一般の人と結婚できますか？

A はい、結婚できます。1959年4月10日、明仁親王は実業家を父親にもつ正田美智子さんと結婚しました。この日は日本の歴史上またとない喜ばしい日となりました。長年にわたり明仁親王の教育を担当した小泉信三博士は、この結婚について「親王がこの女性を選ばれた。そしてわれわれもまたこの女性を選んだのだ」と語りました。

　過去には、親王が一般人と結婚したという例はほとんどありませんでしたが、時代は変わりました。天皇と皇后は日本の人々にたいへん人気があります。未来の天皇である皇太子浩宮も、やはり一般人との結婚を選びました。皇太子妃の雅子妃は、以前は外交官として働いていました。

034 **Q** **พระบรมวงศานุวงศ์ประทับอยู่ที่ใด**

A จักรพรรดิและจักรพรรดินีทรงประทับในพระราชวังอิมพีเรียลใจกลางโตเกียว ซึ่งปัจจุบันตั้งอยู่ในพื้นที่ปราสาทเอโดะเก่า รอบ ๆ พระราชวังจะมีสวนสาธารณะขนาดใหญ่ มองเห็นคูน้ำและกำแพงหินขนาดใหญ่ โดยสามารถเดินจากสถานีรถไฟโตเกียวไปถึงได้

ปราสาทเอโดะเป็นที่พำนักของบรรดาโชกุนในรัฐบาลทหารโทกุงาวะที่มีอำนาจเหนือญี่ปุ่นในช่วงปี ค.ศ. 1603-1867 แต่หลังจากรัฐบาลทหารล่มสลายลงในปี ค.ศ. 1868 การสร้างพระราชวังใหม่ก็เสร็จสิ้นในปี ค.ศ. 1888

035 **Q** **เราสามารถเข้าไปในเขตพระราชวังได้หรือไม่**

A ตัวพระราชวังและสวนด้านในจะไม่เปิดให้เข้าชม โดยจะสามารถเข้าไปในเขตพระราชฐานได้ในวันที่ 2 มกราคม เพื่อถวายพระพรวันขึ้นปีใหม่ และวันพระราชสมภพของจักรพรรดิในวันที่ 23 ธันวาคม เราจะพบเห็นพระบรมวงศานุวงศ์เสด็จออกด้วยมีพระราชปฏิสันถารแก่เหล่าพสกนิกรในวันดังกล่าว

ส่วนวันอื่น ๆ นอกเหนือจากนี้ หากเราจองทัวร์ทัศนศึกษากับสำนักพระราชวังแล้ว ก็จะสามารถเข้าชมได้ โดยจะมีการให้คำบรรยายแนะนำเป็นภาษาญี่ปุ่นและมีแผ่นพับภาษาอังกฤษแจกให้

เมื่อได้ลองเดินรอบพระราชวังแล้ว คุณอาจสังเกตได้ว่าไม่มีตึกอาคารใด ๆ ที่เป็นจุดสนใจพิเศษนัก

Q 皇室の人々はどこに住んでいるのですか？

A 天皇と皇后は東京の中心にある皇居に暮らしています。現在の皇居は、旧江戸城の建っていた敷地にあります。皇居の周辺は広大な公園になっており、お堀と巨大な石の塀が見られます。東京駅から歩いて行くことができます。

　江戸城は、1603年から1867年まで日本を支配した徳川幕府の将軍たちの邸宅でした。しかし1868年に幕府が倒れたあと、1888年に新しい皇居が完成しました。

Q 皇居の内部には入れますか？

A 皇居の宮殿と内苑は一般には公開されていませんが、1月2日の新年一般参賀と12月23日の天皇誕生日は、一般の人が宮殿の敷地に入ることができ、皇室の人々が一般の人たちにあいさつをする様子を見ることができます。

　それ以外の日は、宮内庁に予約をすれば見学ツアーをすることができます。ツアーは日本語で案内され、英語のパンフレットもあります。

　皇居の周辺を歩いてみると、目立つ記念建造物が何もないということに気がつくでしょう。

ในประเทศส่วนใหญ่ดูเหมือนว่าจะมีสถานที่ท่องเที่ยวชื่อดังที่มีจุดสนใจใหญ่ ๆ เช่น เทพีเสรีภาพของอเมริกา หอไอเฟลของฝรั่งเศส บิ๊กเบนของอังกฤษ แต่ในกรณีของญี่ปุ่น นอกเหนือจากภูเขาไฟฟูจิแล้วแทบจะไม่มีสถานที่ที่มีชื่อเสียงขนาดใหญ่ ๆ ตั้งอยู่เลย แม้กระทั่งพระไดบุทสึที่เมืองคามาคุระก็ยังมีความสูงเพียงไม่กี่เมตรเท่านั้น ตัวผมที่อยู่ญี่ปุ่นมาหลายปีนั้นได้เรียนรู้ว่าคนญี่ปุ่นสามารถค้นพบความงดงามและภาคภูมิใจในสิ่งของชิ้นเล็ก ๆ ที่เรียบง่ายได้ ซึ่งหากเราเข้าใจเรื่องพวกนี้แล้ว ก็จะสามารถใช้ชีวิตในญี่ปุ่นได้อย่างเพลิดเพลินมากขึ้น

036 ข้อมูลพื้นฐานน่ารู้

[ราชวงศ์ญี่ปุ่น]

ในปี ค.ศ. 2013 โลกเรามีประเทศที่มีราชวงศ์อยู่ 27 ประเทศ ในทวีปยุโรปประเทศที่มีราชวงศ์คือ อังกฤษ เนเธอร์แลนด์ เบลเยี่ยม ลักซ์เซมเบิร์ก ลิกเตนสไตน์ และประเทศในแถบสแกนดิเนเวีย ในทวีปแอฟริกา กษัตริย์แห่งเลโซโทยังคงรักษาระบอบกษัตริย์ไว้ และในกลุ่มประเทศเหล่านี้ ญี่ปุ่นมีประวัติศาสตร์ของราชวงศ์ที่ยังคงดำรงอยู่ยาวนานมากที่สุด

アメリカの自由の女神やフランスのエッフェル塔、イギリスのビッグ・ベンなど、たいていの国には大きくて有名な観光スポットがあるようです。しかし日本の場合、おそらくは富士山以外に巨大な名所というものがほとんどありません。鎌倉にある大仏像でさえ、高さはほんの数メートルです。しかし私は日本に数年暮らして、日本人が小さくて簡素なものに美しさを見いだすことができ、誇りに思っているのだとわかるようになりました。こうしたことさえ理解すれば、日本をもっと楽しむことができます。

知 っ て お く と 便 利 な 基 礎 情 報

［日本の皇室］

　世界で王室があるのは2013年時点で27ヵ国です。ヨーロッパでは、イギリス、オランダ、ベルギー、ルクセンブルク、リヒテンシュタインのほか、北欧各国にも、王室があります。アフリカでは、レソト王国が王制を保っています。これらの中でも日本の皇室は現存する王室で最も長い歴史があります。

๒

สังคมญี่ปุ่น

2. 日本の社会

2-1 การเมืองญี่ปุ่น

037 คณะรัฐมนตรีและสภาไดเอท

Q การเมืองญี่ปุ่นจัดตั้งขึ้นได้อย่างไร

A การเมืองญี่ปุ่นใช้โครงสร้างการกระจายอำนาจ เช่นเดียวกับประเทศพัฒนาแล้วประเทศอื่น ๆ อำนาจทางการเมืองแบ่งออกเป็น 3 ส่วน คือ สภาไดเอทมีอำนาจทางด้านนิติบัญญัติ คณะรัฐมนตรีมีอำนาจทางด้านบริหาร และศาลมีอำนาจทางด้านตุลาการ

สภาไดเอทประกอบด้วย 2 สภาคือ วุฒิสภาและสภาผู้แทนราษฎร โดยประชาชนจะเป็นผู้เลือกตั้งทั้งสมาชิกวุฒิสภาและสมาชิกสภาผู้แทนราษฎร ส่วนสภาไดเอทจะเป็นผู้เฟ้นหานายกรัฐมนตรี

คณะรัฐมนตรีประกอบด้วย 13 หน่วยงานดังนี้

- สำนักนายกรัฐมนตรี
- กระทรวงกิจการภายในและการสื่อสาร
- กระทรวงยุติธรรม
- กระทรวงการต่างประเทศ
- กระทรวงการคลัง
- กระทรวงศึกษาธิการ วัฒนธรรม กีฬา วิทยาศาสตร์ และเทคโนโลยี

2-1 日本の政治

内閣と国会

Q 日本の政治はどのように設立されていますか？

A 日本の政治はほかの先進諸国と同様で、権力を分散させる仕組みになっています。政治権力は3つに分かれており、国会が立法権、内閣が行政権、そして裁判所が司法権を持っています。

国会は衆議院と参議院の二院で構成されています。どちらの議員も国民の選挙によって選ばれます。そして総理大臣は国会によって選ばれます。

内閣には次の13の省があります。

- 内閣府
- 総務省
- 法務省
- 外務省
- 財務省
- 文部科学省

- กระทรวงสาธารณสุข แรงงาน และสวัสดิการ
- กระทรวงเกษตร ป่าไม้ และประมง
- กระทรวงเศรษฐกิจ การค้า และอุตสาหกรรม
- กระทรวงที่ดิน สาธารณูปโภค ขนส่ง และการท่องเที่ยว
- กระทรวงสิ่งแวดล้อม
- สำนักงานฟื้นฟูและพัฒนาพื้นที่ประสบภัยพิบัติ
- กระทรวงการป้องกันประเทศ

ผู้ที่จะมาดำรงตำแหน่งรัฐมนตรีอาจเป็นได้ทั้งประชาชนทั่วไปหรือผู้ที่มีความเกี่ยวข้องกับรัฐบาล และบ่อยครั้งที่นักวิชาการเองก็ได้รับเลือกให้เป็นรัฐมนตรี ในคณะรัฐมนตรีที่ผ่านมานั้นมีผู้หญิงอยู่เพียงไม่กี่คน แต่ทว่าในปัจจุบันผู้หญิงก็ได้รับเลือกให้ดำรงตำแหน่งในกระทรวงและทบวงสำคัญ ๆ เช่น กระทรวงการต่างประเทศ ฯลฯ ขึ้นมาบ้างแล้ว

038 Q รัฐสภาก่อตั้งขึ้นเมื่อใด

A รัฐสภาแห่งแรกของญี่ปุ่นเป็นสภาไดเอทแห่งองค์จักรพรรดิที่ก่อตั้งขึ้นตามรัฐธรรมนูญเมจิ รัฐสภานี้ดำรงอยู่มาตั้งแต่ปี ค.ศ. 1889-1947 โดยมีการประกาศใช้รัฐธรรมนูญเมจิเมื่อวันที่ 11 กุมภาพันธ์ ปี ค.ศ. 1889 และได้เปิดสภาไดเอทแห่งองค์จักรพรรดิครั้งแรกในวันที่ 29 พฤศจิกายน ปี ค.ศ. 1890 รัฐสภาประกอบด้วยสภาขุนนางและสภาผู้แทนราษฎร ประชาชนจะเป็นผู้เลือกตั้งสมาชิกสภาผู้แทนราษฎรโดยตรง โดยตั้งแต่ปี ค.ศ. 1925 เป็นต้นมามีการมอบสิทธิในการออกเสียงให้กับชายที่บรรลุนิติภาวะทั้งหมด ในอีกด้านหนึ่งสภาขุนนางจะมีลักษณะคล้ายกับสภาขุนนางของอังกฤษ ซึ่ง

- 厚生労働省
- 農林水産省
- 経済産業省
- 国土交通省
- 環境省
- 復興庁
- 防衛省

　大臣には民間人、政府関係者のいずれも就任することができます。学者が大臣に選ばれることもしばしばあります。従来は、内閣には女性がほんの数人しかいませんでした。しかし現在では外務省などの重要な省庁の役職に女性が選ばれるようになってきました。

Q 議会が設立されたのはいつですか？

A 日本で初めての議会は明治憲法によって設立された帝国議会です。この議会は1889年から1947年までつづきました。明治憲法は1889年の2月11日に公布され、最初の帝国議会は1890年の11月29日に開かれました。議会は衆議院と貴族院で構成されていました。衆議院議員は国民の直接選挙で選ばれました。1925年からはすべての成人男性に選挙権が与えられました。いっぽう貴族院はイギリスの貴族院に似ており、議員になったのは身分の高い貴族階級でした。

จะมีสมาชิกเป็นกลุ่มชนชั้นสูง

รัฐธรรมนูญญี่ปุ่นที่ถูกประกาศใช้ในปี ค.ศ. 1947 จะมีระบบที่เป็นประชาธิปไตยมากขึ้น ชื่อของรัฐสภาเปลี่ยนจากสภาไดเอทแห่งองค์จักรพรรดิมาเป็นสภาไดเอท ผู้หญิงได้รับสิทธิในการเลือกตั้งเป็นครั้งแรกตามรัฐธรรมนูญฉบับใหม่ ส่วนสภาขุนนางถูกยกเลิกไป และแทนที่ด้วยวุฒิสภาที่ประชาชนจะเลือกตั้งสมาชิกวุฒิสภาได้โดยตรง และยังมีการจำกัดขอบเขตพระราชอำนาจของจักรพรรดิมากขึ้นด้วย

039

Q สภาไดเอทคืออะไร

A สภาไดเอทคือ รัฐสภาของญี่ปุ่น ประกอบด้วยสภาผู้แทนราษฎรและวุฒิสภา

สมาชิกทั้ง 2 สภาจะได้รับการเลือกตั้งโดยตรง ผ่านระบบการเลือกตั้งแบบแบ่งเขตและระบบการเลือกตั้งแบบบัญชีรายชื่อ อาคารสภาไดเอทที่ใช้ในการประชุมนั้นตั้งอยู่ในย่านนางาตะโช เขตชิโยดะ โตเกียว

หน้าที่ของสภาไดเอทคือ การบัญญัติกฎหมาย และเฟ้นหานายกรัฐมนตรี อีกทั้งยังทำหน้าที่อนุมัติรับรองสนธิสัญญา อนุมัติงบประมาณ เสนอให้มีการแก้ไขรัฐธรรมนูญ และตรวจสอบงานบริหารราชการแผ่นดินต่าง ๆ

ในอเมริกาเวลาประชาชนพูดเกี่ยวกับเรื่องการเมือง พวกเขามักจะพูดว่า *"วอชิงตัน"* แต่ในญี่ปุ่นคำพูดที่แสดงถึงรัฐบาลกลางคือคำว่า นางาตะโช เมื่อคนญี่ปุ่นพูดว่า *"นางาตะโช"* ส่วนใหญ่พวกเขามักจะหมายถึง สภาไดเอทหรือสมาชิกสภาไดเอท

1947 年に公布された日本国憲法はもっと民主的な制度です。議会の名称は帝国議会から国会へと変わりました。新しい憲法のもとで、女性にも初めて選挙権が与えられました。貴族院は廃止され、直接選挙によって議員が選ばれる参議院が生まれました。天皇の権限も制限されるようになりました。

Q 国会とは何ですか？

A 日本国国会は日本の議会です。衆議院と参議院の2つの院で構成されています。

　国会の両院とも小選挙区比例代表並立制の制度のもとに、議員は直接選挙で選ばれます。国会の行われる国会議事堂の建物は東京の千代田区永田町にあります。

　国会の仕事は法律を制定させたり総理大臣を選んだりすることです。条約の批准、予算の承認、憲法改正の提案や行政活動の調査も行います。

　アメリカでは政治について話したいときは、単に「ワシントン」と言うことがよくあります。日本でよく中央政府を示す言葉は「永田町」です。日本人が「永田町」と言うときは、たいてい国会や国会議員のことを意味しています。

หลังจากที่ผมได้อาศัยอยู่ที่โตเกียวมาหลายปี วันหนึ่งผมตัดสินใจลองไปที่ย่านนางาตะโชดู การจะเข้าไปในสภาไดเอทต้องทำการนัดหมายล่วงหน้า แต่เพียงแค่ได้เดินดูบริเวณรอบ ๆ และชื่นชมอาคารขนาดใหญ่ที่มีความสำคัญทางด้านประวัติศาสตร์ก็น่าสนใจแล้ว อย่างไรก็ตาม มีตำรวจและยามรักษาการณ์เดินตรวจตราอยู่แถวนั้นจำนวนมาก ดังนั้นก็ระวัง ๆ อย่าได้ไปทำตัวน่าสงสัยเชียวนะครับ !

040 Q สมาชิกสภาไดเอทมีทั้งหมดกี่คน

A รัฐธรรมนูญแห่งญี่ปุ่นไม่ได้กำหนดเกี่ยวกับจำนวนสมาชิกของทั้ง 2 สภา ระบบการเลือกตั้ง หรือคุณสมบัติในการเลือกตั้ง สิ่งเหล่านี้จะกำหนดโดยตัวบทกฎหมาย

สมาชิกสภาผู้แทนราษฎรจะมี 480 คน มีวาระในการดำรงตำแหน่ง 4 ปี ส่วนสมาชิกวุฒิสภามีทั้งหมด 242 คน มีวาระในการดำรงตำแหน่ง 6 ปี รัฐธรรมนูญแห่งญี่ปุ่นจะรับรองในเรื่องสิทธิการออกเสียงเลือกตั้งและการลงคะแนนลับ นอกจากนี้ในรัฐธรรมนูญยังระบุเกี่ยวกับกฎหมายเลือกตั้งไว้ว่าห้ามไม่ให้มีการแบ่งแยกในเรื่องเชื้อชาติ ความเชื่อ เพศ ชนชั้นทางสังคม ชาติกำเนิด การศึกษา ทรัพย์สมบัติหรือรายได้

東京で暮らし始めてから何年もたったある日、私は永田町に行ってみようと思い立ちました。国会の中に入るには予約が必要ですが、ただ周辺を歩いて、歴史のある大きな建物群を眺めるだけでも興味を惹かれます。とはいえ、その辺りの通り沿いには警察官や警備員がたくさんいますから、くれぐれもあまり怪しげな行動をしないようにしましょう！

Q 国会議員は何人いるのですか？

A 日本国憲法では両院の議員定数や選挙制度、選挙資格について規定されていません。こうしたことは法律によって決められます。

　衆議院議員の議員数は480人で任期は4年、参議院議員は242人で任期は6年です。日本国憲法では選挙権と秘密投票が保障されています。また、憲法では、選挙法は「人種、信条、性別、社会的身分、門地、教育、財産又は収入」によって差別してはならないと規定されています。

การเลือกตั้ง

Q ระบบการเลือกตั้งมีโครงสร้างอย่างไร

A ทั้งสมาชิกสภาผู้แทนราษฎรและสมาชิกวุฒิสภาจะได้รับเลือกตั้งผ่านระบบการเลือกตั้งแบบแบ่งเขตและระบบการเลือกตั้งแบบบัญชีรายชื่อ ที่นั่งในสภาสำหรับการเลือกตั้งนั้นแบ่งเป็น 2 กลุ่ม ในแต่ละกลุ่มจะมีวิธีการเลือกตั้งที่แตกต่างกัน ผู้ลงคะแนนเสียงจะต้องลงคะแนนเสียง 2 ส่วนคือ คะแนนแรกสำหรับผู้สมัครรายบุคคล ส่วนอีกคะแนนจะให้กับบัญชีรายชื่อของพรรคการเมือง

จำนวนที่นั่งทั้งหมดของสมาชิกสภาผู้แทนราษฎรใน 480 ที่นั่งนั้นแบ่งเป็นสมาชิกที่มาจากการเลือกตั้งแบบแบ่งเขตเลือกตั้ง 300 คน ส่วนที่เหลือมาจากระบบบัญชีรายชื่อที่แต่ละพรรคการเมืองยื่นเสนอจากเขตการเลือกตั้งทั่วประเทศ 11 เขตอีก 180 คน

สำหรับวุฒิสภานั้นจะมีทั้งหมด 242 ที่นั่ง โดยมาจากการเลือกตั้ง 47 จังหวัด 146 ที่นั่ง ที่เหลืออีก 96 ที่นั่งจะเลือกตั้งโดยใช้ระบบบัญชีรายชื่อของพรรคการเมือง

Q อัตราผู้มาใช้สิทธิลงคะแนนเสียงเป็นอย่างไรบ้าง

A ในแถบต่างจังหวัดอัตราการลงคะแนนเสียงมีมากกว่า 50% ขณะที่ในเขตเมืองใหญ่ ๆ จะต่ำกว่า 50% อยู่เสมอ ทั้งที่ประชากรในญี่ปุ่นประมาณ 30% อาศัยอยู่ตามเขตเมืองใหญ่ แต่ก็ยังคงอัตราตัวเลข

選挙について

Q 選挙制度はどのような仕組みですか？

A 衆議院、参議院ともに小選挙区比例代表並立制にもとづいて選挙が行われます。選挙の対象となる議席は2つのグループに分けられます。それぞれのグループは異なる方法で選ばれます。有権者は2つの票を入れるよう求められ、1つは個々の候補者に、もう1つは政党に入れるようになっています。

衆議院議員は全480議席のうち、300人が選挙区から選ばれ、残り180人は全国11の選挙区ブロックから、各政党が届けた比例代表名簿にもとづいて選ばれます。

参議院の場合は全242議席のうち146議席が47都道府県から選ばれます。残りの96議席は全国的な比例代表選挙で選ばれます。

Q 有権者の投票率はどうですか？

A 日本の地方では投票率は50パーセントを超えています。しかし都市部では、つねに50パーセントを大きく下回ります。日本の人口の約30パーセントが大都市に住んでいるというのに、この

เช่นนี้อยู่ ราวกับว่าผู้คนได้หมดความสนใจต่อเรื่องการเมืองลงไปทุกที

เช้าวันหนึ่งหลังจากเพิ่งมาถึงญี่ปุ่นไม่นาน จู่ ๆ ผมก็สะดุ้งตื่นด้วยเสียง
เครื่องขยายเสียง ผมไม่รู้เลยว่าเกิดอะไรขึ้นนอกหน้าต่าง จนกระทั่งมา
ทราบภายหลังว่า บรรดานักการเมืองขึ้นรถหาเสียงแล้วร้องตะโกนไปโดยรอบ
เนื่องจากการเลือกตั้งกำลังใกล้เข้ามา ส่วนใหญ่พวกเขาจะตะโกนบอกชื่อเสียง
เรียงนามของตัวเองอย่างแข็งขัน พร้อมกับกล่าวว่า *"โปรดเลือกผม/ดิฉัน
ด้วยนะครับ/คะ !!"*

ที่ญี่ปุ่นดูเหมือนว่าเวลาเลือกตั้ง พวกเขาจะเลือกลงคะแนนเสียงโดยที่
ไม่รู้ว่าแท้จริงแล้วนักการเมืองคิดอะไรกันอยู่ ไม่มีทั้งการดีเบต และไม่มี
ผู้ใดพูดเกี่ยวกับนโยบายของตน บางครั้งพรรคการเมืองจะมีการแถลงถึง
นโยบายพรรคให้ผู้คนทราบ แต่การที่นักการเมืองจะออกมากล่าวว่าตนเองมี
ความคิดเห็นอย่างไรเป็นรายบุคคลนั้นแทบไม่มีให้เห็นนัก จึงทำให้คิดไปได้
ว่าในญี่ปุ่นพรรคการเมืองมีอำนาจเข้มแข็ง ผิดกับนักการเมืองที่แทบจะไม่มี
อำนาจแต่อย่างใด

043 ปัญหาทางการเมือง

Q บุคคลผู้ถืออำนาจสูงสุดในทางการเมืองคือใคร

A ในอเมริกาหรือประเทศอื่น ๆ จะมีพรรคการเมืองใหญ่ 2 พรรค แต่
ในญี่ปุ่นมีพรรคการเมืองใหญ่อยู่หลายพรรค นับตั้งแต่ปี ค.ศ. 1945
เป็นต้นมา นายกรัฐมนตรีส่วนใหญ่ได้รับเลือกมาจากพรรคเสรีประชาธิปไตย
(พรรคแอลดีพี) พรรคการเมืองนี้เป็นพรรคการเมืองใหญ่ที่สุดของญี่ปุ่นที่มี

状態です。人々は政治への関心を失いつつあるようです。

日本に来てまもないころの朝、私は突然、窓の外で鳴り響く拡声器の音で目が覚めました。いったい何が起こったのかわかりませんでした。あとになって、選挙が近かったので政治家たちが宣伝カーに乗って叫んで回っていたのだと知りました。彼らはほとんど、自分の名前をひたすら叫んでは「私に投票してください！」と訴えていました。

日本では、選挙のとき政治家の実際の考えをあまり知らずに投票しているように思われます。討論会はありませんし、自分の政策について語る人もほとんどいません。ときには政党が、党としての政策を人々に訴えかけますが、政治家が個人的にどんな考えを持っているかを人々に語ることはまれです。日本では政党の力が強く、個々の政治家はほとんど無力なのではないかと思います。

政治問題

Q 日本でもっとも政治権力を持っているのは誰ですか？

A アメリカやほかの国々には２大政党がありますが、日本には大きな政党がいくつもあります。1945年以降、ほとんどの総理大臣が自由民主党から選出されてきました。この党は50年以上にわたって日本の最大政党だったのです。もうひとつの大政党は

มายาวนานกว่า 50 ปี อีกพรรคการเมืองใหญ่คือ พรรคประชาธิปไตยญี่ปุ่น โดยรั้งตำแหน่งพรรคฝ่ายค้านมาตั้งแต่ปี ค.ศ. 2009-2012

044 Q ที่ญี่ปุ่นมีการพูดคุยเรื่องการเมืองกันบ่อยไหม

A ดูเหมือนว่าคนญี่ปุ่นจะไม่ค่อยพูดคุยเกี่ยวกับเรื่องการเมือง เมื่อเทียบกับทวีปอเมริกา ทวีปยุโรป หรือประเทศอื่นๆ ประเทศในแถบตะวันตกมีบ่อยครั้งที่คนจะทะเลาะกันเกี่ยวกับเรื่องการเมือง ตอนแรกผมคิดว่าที่คนญี่ปุ่นไม่พูดเรื่องการเมืองกับผม คงเป็นเพราะว่าผมเป็นชาวต่างชาติ แต่ตอนนี้ผมรู้แล้วว่าแม้แต่ในหมู่คนญี่ปุ่นด้วยกันเองก็ไม่ค่อยพูดเรื่องการเมืองกัน ผมคิดว่าที่เป็นเช่นนี้อาจเป็นเพราะคนญี่ปุ่นให้ความสำคัญกับเรื่องการปรองดองกระมัง

แต่ช่วงหลายปีมานี้สถานการณ์เปลี่ยนแปลงไป มีรายการโทรทัศน์ที่ถกเถียงกันเรื่องการเมืองเพิ่มมากขึ้น ดังนั้นคนญี่ปุ่นด้วยกันเองก็คงจะเริ่มพูดคุยเรื่องการเมืองกันง่ายขึ้นแล้ว

045 Q ปัญหาใหญ่ที่รัฐบาลต้องเผชิญคืออะไร

A เศรษฐกิจญี่ปุ่นเข้มแข็งเป็นอย่างมากจนถึงช่วงต้นปี ค.ศ. 1990 ราวกับว่าทุกคนดูมีความสุขและเหมือนจะไม่มีปัญหาหนักหนาสาหัสแต่อย่างใด แต่พอเข้าช่วงกลางปี ค.ศ. 1990 เศรษฐกิจถดถอยลง ผู้คนเริ่มไม่พอใจการเมืองและมีปัญหาที่ต้องแก้ไขเพิ่มมากขึ้นเรื่อย ๆ โดยที่รัฐบาลต้องเผชิญกับความท้าทายหลายเรื่อง อย่างการปฏิรูปธนาคาร ไปรษณีย์

民主党で2009年から2012年までのあいだ与党の座にありました。

Q 日本ではよく政治について話しますか？

A アメリカやヨーロッパ、そのほかの国々にくらべると、日本人はあまり政治の話をしないようです。西洋の国々では、ときには政治をめぐってケンカになることさえあります。はじめのうちは、日本人が私と日本の政治の話をしないのは私が外国人だからだろうと思っていました。しかし今では、日本人同士でもあまり政治の話をしないことがわかりました。これは、日本人が調和を尊重するからではないかと思います。

　しかし最近は事情が変わってきました。政治について討論するテレビ番組が増えてきました。ですから日本人同士でも政治について、やや話しやすくなってきたのではないかと思います。

Q 政府が直面している大きな問題は何ですか？

A 1990年代の初頭までの日本経済は非常に強力でした。誰もが幸せそうで、これといって大きな問題など何もなさそうでした。しかし1990年代の半ばには、経済は弱まっていました。人々は政治に不満を抱くようになり、対処すべき問題が多くなってきたようでした。政府は銀行、郵便事業、そして教育制度の改革とい

และระบบการศึกษา

นอกจากนี้รัฐบาลชุดปัจจุบันก็กำลังเผชิญกับปัญหาต่าง ๆ ทั้งเรื่องการเพิ่มภาษีผู้บริโภค การบัญญัติพระราชบัญญัติว่าด้วยการรักษาความลับทางราชการ การแก้กรณีพิพาทเหนือดินแดนกับจีน เกาหลีใต้ และรัสเซีย รวมถึงปัญหาการฟื้นฟูสภาพเศรษฐกิจ

046

Q มีนักการเมืองที่เข้าไปพัวพันกับเรื่องการคอร์รัปชั่นจำนวนมากใช่หรือไม่

A ตอนที่ผมมาญี่ปุ่นช่วงแรก ๆ ดูเหมือนจะไม่มีเรื่องการคอร์รัปชั่นอยู่เลย ซึ่งในความเป็นจริงแล้วดูเหมือนญี่ปุ่นแทบไม่มีปัญหาใด ๆ เสียด้วยซ้ำ แต่ผมยังเชื่อว่าต้องมีนักการเมืองหรือผู้มีอำนาจที่กระทำเรื่องเลวร้ายอย่างแน่นอน แต่คนที่จะถูกสอบสวนหรือถูกดำเนินการจับกุมไม่ได้มีจำนวนมากขนาดนั้น และดูเหมือนว่าสื่อมวลชนก็สงวนคำพูดในเรื่องการคอร์รัปชั่นเป็นอย่างมากเช่นกัน

แต่ในปัจจุบันเวลาเปิดโทรทัศน์หรืออ่านหนังสือพิมพ์มักจะได้ยินข่าวคดีการคอร์รัปชั่นใหม่ ๆ บางคนคิดว่าญี่ปุ่นมีแต่ตกต่ำลงไปเรื่อย ๆ แต่ผมคิดว่ามันเป็นเพียงแค่คนที่ถูกจับกุมเพิ่มมากขึ้น และสื่อมวลชนเริ่มไม่ลังเลใจที่จะนำเสนอข่าวเรื่องราวเสื่อมเสียเหล่านั้นเท่านั้นเอง

สาเหตุหนึ่งที่ทำให้คิดได้ดังนั้นก็เพราะว่าในญี่ปุ่นสื่อมวลชนจะมีเสรีภาพอย่างมาก กล่าวได้ว่าในความเป็นจริงการปฏิรูปต่าง ๆ ที่เกิดขึ้นในญี่ปุ่นนั้นก็มีที่มาจากการหนุนหลังของสื่อมวลชนนั่นเอง หน้าที่หลักของสื่อมวลชนคือ ผู้เฝ้าจับตาดูการเมือง และดูเหมือนว่าในช่วงหลายปีมานี้สื่อมวลชนของญี่ปุ่นจะทำงานได้อย่างยอดเยี่ยมทีเดียว

う多くの課題にぶつかりました。

　さらに現在のところ政府は、消費税の増税、特定秘密保護法の制定、中国や韓国、ロシアとの領土問題の解決、そして経済の再建などの問題に直面しています。

Q 政治家は多くの汚職に関わっていますか？

A 私が初めて日本に来たころ、汚職などほぼ皆無のように思われました。実際、日本には何の問題もないようでした。きっと政治家や権力を持った人々は悪事をはたらいていたはずですが、捜査を受けたり逮捕されたりする人はそんなに多くはなかったのです。それに報道機関も汚職についてはやけに沈黙を守っているようでした。

　しかし現在ではテレビをつけたり新聞を読んだりするたびに、新たな汚職事件を耳にします。日本は堕落していくいっぽうだと感じている人々もいます。しかし私は、逮捕される人が増え、報道機関もそうした腐敗を遠慮なく報じるようになっただけのことだと思います。

　こう考える理由の１つは、日本では報道の自由度が非常に高いということです。実のところ日本で起こっている改革の多くは、報道機関の後押しのおかげで起こっていると言えます。報道機関のおもな役割は政治の見張り役ですから、ここ数年の日本の報道機関は非常に優れた仕事をしているように思われます。

Q ญี่ปุ่นมีสัมพันธภาพอันดีกับนานาประเทศหรือไม่

A ก่อนสงครามโลกครั้งที่ 2 และระหว่างช่วงสงครามนั้น ญี่ปุ่นพยายาม จะยึดอำนาจเหนือประเทศต่าง ๆ ในทวีปเอเชีย ผลที่ตามมาคือ ประชาชนในประเทศเหล่านั้นมีความรู้สึกที่ไม่ดีต่อญี่ปุ่น แต่ดูเหมือนว่า สถานการณ์กำลังเดินไปในทิศทางที่ดีขึ้น ญี่ปุ่นพยายามอย่างมากในการ เจริญสัมพันธไมตรี และสนับสนุนเงินทุนช่วยเหลือประเทศอื่น ๆ จำนวน มหาศาลผ่านทางความร่วมมือเพื่อการพัฒนาอย่างเป็นทางการของรัฐบาล ญี่ปุ่น (ODA) ด้วยความช่วยเหลือนี้เองทำให้ความสัมพันธ์กับประเทศอื่น ๆ เปลี่ยนไปในทางที่ดีขึ้น

ทั้ง ๆ ที่ในช่วงหลังนี้มีปัญหาเรื่องกรณีพิพาทเหนือหมู่เกาะทาเกชิมะ หรือปัญหาหญิงบำเรอในช่วงสงครามโลก แต่ความสัมพันธ์ระหว่างญี่ปุ่นกับ เกาหลีใต้ก็พัฒนาไปในทิศทางที่ดีขึ้นเป็นอย่างมาก วัฒนธรรมของทั้ง 2 ชาติ มีความใกล้เคียงกันในหลาย ๆ ด้าน คนญี่ปุ่นที่เป็นแฟนคลับดาราภาพยนตร์ เกาหลีมีมากขึ้น อีกทั้งคนที่พยายามจะเรียนรู้ภาษาเกาหลีก็มีแต่จะเพิ่มขึ้น เช่นกัน สำหรับคนญี่ปุ่นแล้วการเรียนภาษาเกาหลีน่าจะง่ายกว่าการเรียน ภาษาอังกฤษเสียอีก

ในอีกด้านหนึ่งนั้นญี่ปุ่นก็ยังคงมีปัญหากับประเทศเพื่อนบ้านแม้กระทั่ง ในปัจจุบัน โดยความสัมพันธ์กับจีนยังมีความอ่อนไหวเป็นอย่างยิ่ง เมื่อ มองจากมุมมองคนญี่ปุ่นแล้ว ดูเหมือนว่าจีนยังคงยึดติดกับอาชญากรรม ที่ญี่ปุ่นก่อขึ้นช่วงสงครามโลกครั้งที่ 2 มากเกินไป ส่วนคนจีนกลับรู้สึกว่า ญี่ปุ่นไม่ได้เข้าใจว่าตนได้สร้างความขมขื่นทั้งหมดทั้งมวลนี้ให้แก่จีน แต่ทว่า

日本の外交

Q 日本は諸外国と友好関係にありますか？

A 第二次世界大戦前と戦争中の日本は、アジアの諸外国を併合しようとしました。その結果、そうした国々の人の多くは日本にあまり好意的ではありません。しかし状況は改善しつつあるようです。日本は友好関係を築こうと尽力してきましたし、ODA（政府開発援助）を通してほかの国々に多額の資金援助をしています。こうしたことにより諸外国との関係が改善されてきました。

最近の竹島をめぐる領土問題や慰安婦問題があるものの、日本と韓国の関係も大きく改善しました。両国の文化はいろいろな意味で、たがいに親密です。韓国の映画スターのファンになった日本人はたくさんいますし、韓国語を身につけようとする人も増えるいっぽうです。日本人にとって、おそらく韓国語は英語よりも習得しやすいでしょう。

そのいっぽうで、日本はいまだ近隣の数か国との間に問題を抱えています。中国との関係はとくに不安定です。日本人から見ると、中国は第二次世界大戦中の日本の犯罪に執着しすぎるようです。中国人は、日本が中国に与えた苦しみを完全に理解していないと考えています。しかし両国は相互に活発な貿易を行っ

ทั้ง 2 ประเทศยังคงติดต่อค้าขายกันอย่างต่อเนื่อง บริษัทผู้ผลิตของญี่ปุ่นตั้งโรงงานที่จีนเป็นจำนวนมาก นอกจากนี้ญี่ปุ่นยังให้ความร่วมมือทางเทคโนโลยีต่อจีนเป็นอย่างมากอีกด้วย

อย่างไรก็ดี ปัญหาพิพาทเรื่องหมู่เกาะเซงกากุ (เกาะเตียวหยูในภาษาจีน) ในช่วงนี้กลับทำให้ความสัมพันธ์ดี ๆ ของ 2 ประเทศมลายหายไป

048

Q ญี่ปุ่นมีความสัมพันธ์กับเกาหลีเหนืออย่างไร

A เกาหลีเหนือได้ออกมายอมรับว่ามีการลักพาตัวคนญี่ปุ่นจำนวนหนึ่งไปในช่วงต้นปี ค.ศ. 1970 ในจำนวนนั้นมีบางส่วนที่เดินทางกลับญี่ปุ่นโดยสวัสดิภาพ แต่คนญี่ปุ่นส่วนใหญ่กลับเชื่อว่าเกาหลีเหนือน่าจะลักพาตัวคนญี่ปุ่นไปมากกว่านี้ และญี่ปุ่นไม่ควรให้ความช่วยเหลือใด ๆ ต่อเกาหลีเหนือจนกว่าปัญหานี้จะได้รับการแก้ไข ทั้งนี้ยังมีข้อกังขาอยู่ว่าเกาหลีเหนือน่าจะมีอาวุธนิวเคลียร์อยู่ในความครอบครอง ดังนั้นคนบางกลุ่มจึงคิดว่าญี่ปุ่นไม่ควรไปยั่วยุอารมณ์เกาหลีเหนือจะดีกว่า อย่างไรก็ดี นี่ยังเป็นปัญหาที่ซับซ้อนและไม่มีใครรู้ว่าอนาคตจะเป็นอย่างไรต่อไป

ก่อนจะมาญี่ปุ่น ผมคิดว่าประเทศในทวีปเอเชียคงมีสัมพันธภาพที่ดีต่อกัน ชาวต่างชาติส่วนใหญ่ไม่รู้ด้วยซ้ำว่าประเทศในทวีปเอเชียมีความแตกต่างกันอย่างไร สำหรับคนในทวีปอเมริกาหรือยุโรปจะเห็นได้ว่าทั้งภาษา ดนตรีประจำชาติ อาหารการกิน วัฒนธรรม ล้วนมีความละม้ายคล้ายคลึงกัน จึงทำให้คิดไปว่าผู้คนในทวีปเอเชียก็คงมีวิธีคิดเฉกเช่นเดียวกัน

เป็นความจริงที่ว่าในช่วงหลายปีที่ผ่านมานี้ไม่ค่อยมีสงคราม แต่ตามประวัติศาสตร์แล้วประเทศส่วนใหญ่ในทวีปเอเชียต่างเคยรบพุ่งกันในช่วง

ています。中国に工場を設立した日本の製造会社はたくさんあ
ります。それに日本は中国と多くの技術提携をしています。

　しかし最近は、尖閣諸島（中国語で釣魚島）をめぐる領土問題
があり、両国の関係に水を差しています。

Q 日本と北朝鮮はどんな関係ですか？

A 北朝鮮は、1970年代の初めごろに日本人を数人拉致したことを
認めています。そのうちの何人かは無事に日本に帰国しました。
しかしほとんどの日本人は、北朝鮮はもっと多くの日本人をさ
らったはずだから、この問題が解決するまでは北朝鮮に対して
いかなる援助もすべきではないと考えています。北朝鮮は核兵
器も所有していると疑われています。ですから日本は北朝鮮を
怒らせてはいけないと考える人々もいます。いずれにしても問
題は複雑で、将来どうなるかは誰にもわかりません。

　日本に来る前の私は、アジアの国々はほぼ友好関係にあるの
だろうと思っていました。たいていの外国人はアジアの国々が
どう違うのかもわかっていません。欧米人にとっては、言葉も伝
統音楽も食べ物も文化も、みんな似かよって見えるのです。アジ
アの人々はみな同じような考え方をするのだろうとも思ってい
ます。

　たしかに近年、あまり戦争は起こってはいません。しかし歴
史上ほとんどのアジア諸国が一時はたがいに戦ったことがあり

เวลาใดช่วงเวลาหนึ่ง และไม่ว่าประเทศไหน ๆ ก็ล้วนแล้วแต่มีความคิด
ที่แตกต่างกัน ในทวีปยุโรปแต่ละประเทศต่างผสานความร่วมมืออย่าง
กลมเกลียวกันภายใต้สหภาพยุโรป ส่วนทวีปอเมริกาเหนือมีองค์กรทาง
เศรษฐกิจที่มีข้อตกลงว่าด้วยการค้าอยู่มากมาย อาทิเช่น ข้อตกลงการค้า
เสรีอเมริกาเหนือ (NAFTA) ฯลฯ แต่ในทวีปเอเชียกลับไม่มีข้อตกลงว่า
ด้วยการค้าที่แน่นแฟ้นแต่อย่างใด ดูเหมือนว่าทวีปเอเชียเองก็คงกำลังมุ่งไป
ในทิศทางที่จะสร้างข้อตกลงร่วมกันอยู่ แต่อาจจะต้องอาศัยระยะเวลาพอ
สมควร ซึ่งชาวต่างชาติส่วนใหญ่ไม่ได้ล่วงรู้เลยว่าทวีปเอเชียอยู่ในสถานการณ์
ที่ซับซ้อนเพียงใด

ます。どの国も考え方が大きく異なります。ヨーロッパではヨーロッパ連合のもとでたがいに密接に協力し合っています。北アメリカには北米自由貿易協定（NAFTA）など多くの貿易協定があります。しかしアジアには緊密な貿易協定が存在しません。アジアは協力関係に向かってはいるようですが、まだ時間はかかりそうです。たいがいの外国人は、アジアがいかに複雑な状態にあるかわかっていません。

2-2 เศรษฐกิจญี่ปุ่น

049 ปัญหาเศรษฐกิจ

Q เหตุใดเศรษฐกิจญี่ปุ่นจึงเข้มแข็งขนาดนั้น

A ผู้คนทั่วโลกล้วนทราบกันดีว่าคนญี่ปุ่นมีความขยันขันแข็งในการทำงานและฝักใฝ่เรียนรู้ คุณลักษณะพิเศษ 2 สิ่งนี้ช่วยผลักดันให้เศรษฐกิจญี่ปุ่นเจริญเติบโตขึ้น

แต่ทว่ากลับมีคนกังวลถึงอนาคตภายภาคหน้า เพราะดูเหมือนว่าวัยรุ่นญี่ปุ่นจะไม่ค่อยทุ่มเทใส่ใจต่อการทำงานหรือการศึกษาเท่าไรนัก

ญี่ปุ่นภาคภูมิใจที่มีอัตราการเจริญเติบโตทางเศรษฐกิจสูงเป็นอย่างมากตลอดชั่วระยะเวลาประมาณ 30 ปี โดยอัตราการขยายตัวทางเศรษฐกิจในช่วงปี ค.ศ. 1960 เป็น 10% ช่วงปี ค.ศ. 1970 เป็น 5% และช่วงปี ค.ศ. 1980 เป็น 4% แต่เมื่อเข้าสู่ช่วงปี ค.ศ. 1990 แล้วอัตราการขยายตัวกลับตกลงเหลือเพียง 1.7% ซึ่งสาเหตุหลักมาจากปัญหาเศรษฐกิจฟองสบู่ ในช่วงครึ่งปีหลัง ค.ศ. 1980 รัฐบาลได้ทดลองใช้มาตรการหลายอย่างเพื่อทำให้เศรษฐกิจดีขึ้น แต่เศรษฐกิจกลับไม่มีทีท่าว่าจะกระเตื้องขึ้นเสียทีถึงกระนั้นด้วยการดำเนินนโยบายทางเศรษฐกิจของนายกรัฐมนตรีอาเบะอย่าง อาเบะโนมิกส์ ก็ทำให้สถานการณ์ดูจะเป็นไปในทิศทางที่ดีขึ้น แต่คง

2-2 日本の経済

経済問題

Q 日本経済はなぜそんなに強力なのですか？

A 日本人がよく働きよく学ぶことは世界の誰もが知っています。この２つの特性が日本の経済成長を後押ししました。

しかし将来を心配する人もいます。日本の若者が勉強や仕事に励むことにあまり関心がないらしいのです。

約30年のあいだ、日本は非常に高い実質経済成長率を誇っていました。1960年代は年10パーセント、1970年代が5パーセント、そして1980年代は4パーセントの成長率でした。しかし1990年代に入ると成長率はたったの1.7パーセントまで落ち込みました。この原因はおもに1980年代後半の「バブル経済」にあります。政府は経済を好転させようと様々な策を試してきましたが、なかなか回復していません。安倍首相による経済政策「アベノミクス」によって状況の好転が見込めそうですが、将来に何が待ち受けているかはわかりません。

ไม่อาจรู้ได้ว่าในอนาคตต่อไปจะมีสิ่งใดรออยู่

🎧050 Q ปัญหาใหญ่ที่สุดที่รัฐบาลต้องรับมือคือปัญหาอะไร

A ในปัจจุบันญี่ปุ่นมีหนี้สินจำนวนมหาศาล ซึ่งมีมากกว่า 150% ของ
ผลิตภัณฑ์มวลรวมในประเทศ (GDP) ประชากรญี่ปุ่นที่สูงวัยมีจำนวน
เพิ่มขึ้นอย่างต่อเนื่อง สัดส่วนของประชากรสูงวัยในญี่ปุ่น (อายุ 65 ปีขึ้นไป)
มีมากที่สุดในบรรดาประเทศผู้นำทางด้านอุตสาหกรรม แต่ในอีกด้านหนึ่ง
อัตราการเกิดกลับมีต่ำที่สุด อย่างไรก็ตาม ในการที่จะดูแลกลุ่มผู้สูงอายุ
เหล่านี้จำเป็นต้องใช้เงินจำนวนมาก แต่ทว่ากลุ่มคนวัยรุ่นกลับมีจำนวนไม่
เพียงพอต่อการจ่ายเงินในระบบเงินบำนาญในปัจจุบัน ขณะที่รัฐบาลพยายาม
จะขึ้นภาษีในอนาคตอันใกล้ แต่กลับมีบางคนกังวลว่าการขึ้นภาษีจะยิ่งทำให้
เศรษฐกิจย่ำแย่ลง ในปัจจุบันอาจยังไม่สามารถพูดได้เต็มปากว่าเศรษฐกิจ
ญี่ปุ่นอยู่ในสภาพที่ดี แต่หากไม่เร่งดำเนินมาตรการอย่างใดอย่างหนึ่งโดย
เร็วแล้ว ประเทศนี้คงจะถดถอยลงไปอีก

🎧051 Q บนธนบัตรญี่ปุ่นตีพิมพ์เป็นรูปของใคร

A ญี่ปุ่นได้ตีพิมพ์ธนบัตรรูปแบบใหม่ในรอบ 20 ปีในเดือนเมษายน
ปี ค.ศ. 2004 คาดกันว่าธนบัตรชนิดใหม่จะไม่สามารถปลอมแปลง
ได้ บนธนบัตรฉบับ 1,000 เยน ปรากฏรูปของโนงุชิ ฮิเดโยะ เขาเป็น
นักวิจัยด้านแบคทีเรียวิทยาผู้มีชื่อเสียงในญี่ปุ่น บนธนบัตรฉบับ 5,000 เยน
เป็นรูปของฮิงุชิ อิชิโย เธอเป็นนักเขียนในสมัยเมจิและเป็นสตรีคนแรกที่

Q 政府が対処すべき最大の問題は何ですか？

A 現在の日本は巨額の借金を抱えており、その額は国内総生産の150パーセント以上です。日本の人口は高齢化が進んでいます。日本の高齢人口（65歳以上）の割合は先進工業国のなかでも最大、そのいっぽう出生率は最低です。こうした高齢の人々の世話をするには、さらに多くのお金が必要になります。しかし現在の年金制度を支えるには若い人たちが足りません。政府は近い将来に増税をしようとしていますが、増税は経済をさらに悪化させると心配する人もいます。現状では日本経済はまだ好調とは言えず、すぐになんらかの対策を実施しなければ、この国は弱体化してしまうでしょう。

Q 日本の紙幣にはどんな人物が印刷されていますか？

A 2004年4月に、日本では20年ぶりに新しいデザインの紙幣が発行されました。新しい紙幣は偽造が不可能になると期待されています。千円札には野口英世の肖像が描かれています。彼は日本の有名な医学研究者でした。五千円札には樋口一葉が描かれています。彼女は明治時代の作家で、日本のお金に登場する初め

ปรากฏรูปอยู่บนธนบัตร ส่วนธนบัตรฉบับ 10,000 เยน เป็นรูปของฟุกุซาวะ ยูกิชิ เขาเป็นนักวิชาการในสมัยเมจิ

ครั้งแรกที่ไปธนาคารที่ญี่ปุ่น ผมรู้สึกประหลาดใจเป็นอย่างมาก เพราะผู้คนนับเงินกันด้วยความเร็วชนิดไม่น่าเชื่อ เขาคลี่ธนบัตรหลายใบออกและนับกันอย่างคล่องแคล่ว ในอเมริกาจะนับธนบัตรกันทีละใบ ดังนั้นเวลาที่ต้องนับเงินจำนวนมากจึงใช้เวลานาน แต่ปัจจุบันธนาคารในญี่ปุ่นส่วนใหญ่ก็ใช้เครื่องนับธนบัตรจนแทบไม่เห็นภาพผู้คนนับธนบัตรด้วยมืออีกต่อไปแล้ว

052

การค้าระหว่างประเทศ

Q ญี่ปุ่นส่งออกสินค้าเป็นจำนวนมากหรือไม่

A ญี่ปุ่นผลิตสินค้าเป็นจำนวนมากและส่งออกไปขายต่างประเทศ สินค้าหลัก ๆ ได้แก่ รถยนต์ คอมพิวเตอร์ และเทคโนโลยีทางวิทยาศาสตร์ สินค้าญี่ปุ่นประมาณ 25% จะส่งไปขายในอเมริกา ส่วนอีก 1 ใน 3 ของสินค้าญี่ปุ่นทั้งหมดจะส่งออกไปยังทวีปเอเชีย

ญี่ปุ่นเป็นประเทศที่มีการส่งออกมากกว่าการนำเข้า เนื่องจากญี่ปุ่นจะนำเข้าวัตถุดิบเป็นจำนวนมาก ก่อนนำไปใช้ผลิตสินค้าเพื่อส่งออกไปยังประเทศอื่น ๆ แม้ว่าญี่ปุ่นจะถูกจีนและเกาหลีใต้ตีตลาดในการผลิตเครื่องใช้ไฟฟ้าคุณภาพสูงอย่างต่อเนื่อง แต่ญี่ปุ่นก็ยังคงส่งออกเทคโนโลยีชั้นนำหลากหลายประเภทต่อไป

ての女性です。一万円札には福沢諭吉が描かれています。彼は明治時代の教育者でした。

日本で初めて銀行に行ったときはたいへん驚きました。お金を数えるスピードが信じられないほど速かったのです。何枚もの紙幣を広げて、ものすごい速さで数えるのです。アメリカでは、たいてい紙幣を一度に一枚ずつ数えます。ですから大金になると数えるのに時間がかかります。現在はほとんどの日本の銀行で紙幣の計数器を使っているため、人が手でお札を数えるのを目にすることはほとんどありません。

貿易について

Q 日本は多くの製品を輸出していますか？

A 日本は多数の製品を製造し、海外に販売しています。おもな製品は自動車、コンピュータ、そして科学技術です。日本製品の約25パーセントがアメリカ向けに販売されます。そしてアジアへの輸出は全体の３分の１を占めます。

日本は輸入よりも輸出のほうが多い国です。これは日本が多くの原材料を輸入し、製品をつくって他国に輸出するからです。高品質の電子機器の製造においては中国や韓国の強力な勢いに押されつつありますが、それでもなお、日本は様々な先端技術を輸出しています。

053 Q ญี่ปุ่นนำเข้าสินค้าอะไรบ้าง

A ญี่ปุ่นนำเข้าอาหารประมาณ 60% เนื่องจากมีพื้นที่กสิกรรมในญี่ปุ่นจำนวนไม่มาก นอกจากนี้ญี่ปุ่นยังนำเข้าน้ำมันดิบเกือบ 100% หากญี่ปุ่นไม่สามารถนำเข้าสินค้าเหล่านี้ได้แล้ว คงจะเกิดปัญหาใหญ่ที่มีผลต่อการดำรงชีวิต

เศรษฐกิจญี่ปุ่นส่วนใหญ่พึ่งพาการค้าระหว่างประเทศ และทำเลที่ตั้งของประเทศก็เอื้อให้ญี่ปุ่นประสบความสำเร็จด้วย ที่ญี่ปุ่นไม่ว่าจะเป็นพื้นที่ใดก็ติดกับทะเล ถึงขนาดที่ว่าการส่งสินค้าจากญี่ปุ่นไปรัฐแคลิฟอร์เนียอาจสะดวกกว่าการส่งจากนครนิวยอร์กไปรัฐแคลิฟอร์เนียเสียอีก

054 役立つタイ語表現 ข้อมูลที่เป็นประโยชน์

☐ 1960年代、日本経済と産業は驚異的な成長を遂げました。
ช่วงปี ค.ศ. 1960 เศรษฐกิจและอุตสาหกรรมของญี่ปุ่นเติบโตอย่างน่าอัศจรรย์

☐ 日本全体のGDPの約６分の１が東京で生み出されています。
1 ใน 6 ของผลิตภัณฑ์มวลรวมในประเทศทั้งหมดของญี่ปุ่นมาจากโตเกียว

☐ 商業や経済の面では、首都圏はニューヨークの２倍の規模があります。
ในด้านพาณิชย์และเศรษฐกิจ โตเกียวจะมีสัดส่วนเป็น 2 เท่าของนครนิวยอร์ก

Q 日本はどんなものを輸入していますか？

A 日本は食品の約60パーセントを輸入しています。日本には農業用の土地があまりありません。原油もほぼ100パーセントを輸入しています。もし日本がこうした物資を輸入できなくなったら、日常生活に大問題が起こります。

　日本経済は貿易に大きく依存していますが、立地条件のおかげで成功しています。日本はどこの地域も海に近いので、日本からカリフォルニアに何か物を送るほうが、ニューヨークからカリフォルニアに送るよりも簡単なほどです。

☐ 日本は平均寿命が最も長い国のひとつです。
ญี่ปุ่นเป็นหนึ่งในประเทศที่มีอายุขัยเฉลี่ยยืนยาว

☐ 急速に増える高齢者をどのように扶助するかは、日本の大きな問題です。
การจะให้ความช่วยเหลือกลุ่มผู้สูงวัยที่เพิ่มขึ้นอย่างรวดเร็วอย่างไรนั้น ถือเป็นปัญหาใหญ่ของญี่ปุ่น

☐ 多くの日本人が、自分の家の高齢者のケアをどのようにすべきかという問題に直面しています。
ชาวญี่ปุ่นจำนวนมากกำลังเผชิญปัญหาว่าควรจะดูแลผู้สูงวัยในครอบครัวของตนอย่างไรดี

2-3 ปัญหาสังคมญี่ปุ่น

055 ปัญหาอาชญากรรม

Q ญี่ปุ่นปลอดภัยหรือไม่

A ในญี่ปุ่นมีอัตราการเกิดอาชญากรรมต่ำมาก หลังจากสงครามโลกครั้งที่ 2 อัตราการเกิดอาชญากรรมก็ลดต่ำลง สิ่งนี้เกิดขึ้นที่ญี่ปุ่นประเทศเดียวบนโลกเท่านั้น แม้กระทั่งเมืองใหญ่อย่างโตเกียวหรือโอซาก้าก็ยังสามารถเดินตามท้องถนนในยามค่ำคืนได้ คนญี่ปุ่นรู้สึกปลอดภัยเสมอแม้เวลาอยู่บ้านหรือเวลาออกไปข้างนอก กระทั่งสถานที่ที่อันตรายที่สุดของเมืองใหญ่ ๆ ก็ไม่ได้เป็นอันตรายอย่างที่คิด

ดังนั้นเวลาคนญี่ปุ่นไปต่างประเทศ จึงมักตกเป็นเหยื่ออาชญากรรม ซึ่งอาจจะเป็นเพราะว่าคนญี่ปุ่นไม่คุ้นชินกับการคิดเรื่องอาชญากรรมในชีวิตประจำวันของพวกเขาก็เป็นได้

อย่างเรื่องเมื่อหลายปีก่อนหน้านี้ ตอนที่ผมขึ้นรถไฟฟ้าที่แน่นขนัด แล้วเห็นชายญี่ปุ่นคนหนึ่งนั่งนับเงินอยู่ตรงที่นั่งที่ไม่ไกลนัก เขาน่าจะมีเงินราว 2,000,000 เยน แต่ดูเหมือนเขาไม่ได้มีทีท่ากังวลแต่อย่างใด หากเป็นผมแล้วคงจะไม่ยอมให้พวกคนแปลกหน้าเห็นเงินจำนวนมากขนาดนั้นแน่ แต่ผมก็ยังมั่นใจว่าชายคนนั้นคงกลับถึงบ้านอย่างปลอดภัย ถึงแม้อาชญากรรม

2-3 日本の社会問題

犯罪問題

Q 日本は安全な国ですか？

A 日本の犯罪発生率は非常に低いです。第二次世界大戦以降、発生率は下がってきました。こんなことが起こったのは世界中でこの国だけです。東京や大阪などの都会でさえ、夜間に通りを歩けます。日本人は家にいても外出しても、つねに安心していられます。大都市のもっとも危険な場所ですら、さほど危険ではありません。

　日本人が海外に行くと、しばしば犯罪の犠牲になります。これはきっと日本人が日常的に犯罪について考えることに慣れていないからでしょう。

　数年前のことですが、私は混雑した電車に乗って、さほど離れていない座席にすわっている日本人の男性がお金を数えている姿を見ていました。おそらく200万円ほど持っていたはずですが、まったく心配していない様子でした。私だったら絶対にそんな大金を見知らぬ人たちにさらしたりしませんが、きっとあの

จะมีเพิ่มขึ้น อย่างไรก็ดี ญี่ปุ่นก็ยังคงความเป็นประเทศที่ปลอดภัยเหมือนเดิม

056 Q ช่วงนี้มีอัตราการเกิดอาชญากรรมในญี่ปุ่นเพิ่มมากขึ้นใช่หรือไม่

A ครับ คนญี่ปุ่นใช้ชีวิตอย่างสงบสุขมาเป็นระยะเวลานาน แต่ในปัจจุบันคนญี่ปุ่นจำนวนมากกลับรู้สึกว่าความปลอดภัยลดลงกว่าแต่ก่อน จะได้ยินข่าวอาชญากรรมอันเลวร้ายอยู่บ่อยครั้ง แม้กระนั้นเหยื่อที่ถูกฆาตกรรมมีเพียง 1 ใน 200,000 คน ซึ่งก็ยังจัดอยู่ในกลุ่มประเทศที่มีอัตราการเกิดอาชญากรรมต่ำพอ ๆ กับไอซ์แลนด์และสวิตเซอร์แลนด์ ในขณะที่อเมริกามีอัตราการเสียชีวิตจากการฆาตกรรมมากกว่าถึง 10 เท่าตัว ส่วนอัตราการเกิดอาชญากรรมอื่น ๆ ก็อยู่ในระดับใกล้เคียงกัน ถึงกระนั้นคนญี่ปุ่นเองก็ยังรู้สึกอย่างรุนแรงว่าความปลอดภัยในประเทศลดต่ำลงแล้วเหตุใดจึงเป็นเช่นนี้

เหตุผลหลัก ๆ คือ พวกสื่อมวลชนพยายามขุดคุ้ยทำข่าวคดีฆาตกรรมสะเทือนขวัญที่เกิดขึ้นทั่วประเทศ จากหมู่บ้านเล็ก ๆ ไปจนถึงเมืองหลวงอย่างโตเกียว หากต้องดูข่าวสะเทือนขวัญแบบนี้บ่อย ๆ แทบทุกวันก็คงไม่ใช่เรื่องแปลกที่คนทั่วไปจะรู้สึกว่าเป็นข่าวที่เกิดขึ้นบ่อยและไม่ใช่เรื่องแปลกประหลาดอีกต่อไป ด้วยเหตุที่ว่าประเทศนี้กำลังมุ่งสู่ความล่มสลายลงไปเรื่อย ๆ

男性は無事に家に帰ったことでしょう。犯罪が増えつつありますが、それでも日本はまだまだ、いたって安全な国です。

Q 日本の犯罪率は近ごろ上昇してきたのですか？

A はい。長年にわたって日本人は安心して暮らしてきましたが、今では多くの日本人が、前より治安が悪くなったと感じています。ニュースで非常に悪質な犯罪をしばしば耳にします。それでもなお、殺人による犠牲者数は20万人に1人で、アイスランドやスイスと並んで世界屈指の犯罪率の低い国です。アメリカで殺人によって命を落とす確率は10倍以上です。ほかの犯罪率も同様です。しかしなおも、日本の治安が悪化しているという印象は強く、日本人自身がそう感じています。これはなぜでしょうか？

　おもな理由は、小さな村から首都の東京まで、国中のあらゆるところで起こる衝撃的な殺人事件を、報道機関が徹底的に報じるからではないでしょうか。毎日のように恐ろしいニュースに直面すれば、一般の日本人が、これはよくあるニュースで、めずらしいことではないと考えるようになったとしても不思議はありません。この国は荒廃に向かっているのです。

Q มีการดำเนินการอย่างไรบ้างเพื่อลดการเกิดอาชญากรรม

A ผู้คนมักจะคิดกันว่าที่ญี่ปุ่นมีตำรวจอยู่มาก แต่สภาพความเป็นจริงแล้วมีตำรวจเพียง 197 คนต่อจำนวนประชากร 100,000 คน เมื่อเทียบกับตำรวจที่อเมริกาซึ่งมี 256 คน อังกฤษ 307 คน เยอรมนี 298 คน ฝรั่งเศส 356 คน และรัสเซีย 546 คน เทคโนโลยีใหม่ ๆ ถูกนำเข้ามาใช้เพื่อช่วยตำรวจจัดการกับอาชญากรรม เช่นกล้องวงจรปิดที่ใช้กันอย่างแพร่หลายในร้านสะดวกซื้อก็พิสูจน์ให้เห็นประสิทธิภาพที่ได้ผลนั้น หากเป็นเมื่อก่อนตอนที่ยังมีป้อมตำรวจอยู่ทั่วไป บ่อยครั้งกลับพบว่าไม่มีใครประจำการอยู่เลย รัฐบาลยังเอาจริงเอาจังกับการถอนรากถอนโคนอิทธิพลขององค์กรอาชญากรรมอย่างพวกยากูซ่า โดยเฉพาะพยายามจะตัดความสัมพันธ์ที่มีกับทางธนาคารด้วย

058

การเปลี่ยนแปลงของครอบครัว

Q เหตุใดอัตราการเกิดจึงลดลง

A ญี่ปุ่นมีอัตราการเกิดต่ำ โดยจัดอยู่ในระดับต่ำที่สุดในบรรดาประเทศที่พัฒนาแล้ว รัฐบาลคาดการณ์ว่าหากประชากรยังคงลดลงจะทำลายระบบเศรษฐกิจในระยะยาว การขึ้นภาษีอาจเป็นสิ่งจำเป็นเพื่อให้ประชากรวัยทำงานจำนวนน้อยสามารถช่วยเหลือประชากรสูงวัยได้ เรื่องนี้ไม่ใช่ปัญหา

Q 犯罪を断ち切るためにどんなことが行われていますか？

A 日本には多くの警察官がいるように思われます。しかし実は人口10万人に対して197人の警察官しかいないのです。これに対してアメリカは256人、イギリスは307人、ドイツは298人、フランスは356人、さらにロシアには546人の警察官がいます。新しい科学技術が導入されるようになり、警察官が犯罪に立ち向かうのに役立っています。また、コンビニエンス・ストアなどに広く普及してきた監視カメラもその効果が立証されてきました。昔ながらの交番もまだ健在ですが、誰もいないことも多いです。政府もヤクザによる組織犯罪の影響の根絶に取り組んでおり、とくに銀行とのつながりを絶とうとしています。

家族の変化

Q なぜ出生率が減っているのですか？

A 日本の出生率の低さは先進国中でも最低のレベルです。政府は、もし人口が減少すれば長期的には経済が痛手を受けると予想しています。少ない労働人口で老齢人口を支えられるようにするためには増税が必要になるでしょう。これは簡単に解決できる

ที่จะแก้ไขได้โดยง่าย ด้วยยังมีประเด็นที่ต้องขบคิดกันต่อมากทีเดียว

ผู้คนจำนวนมากคิดว่าการมีบุตรมากกว่า 2 คนขึ้นไปจะสิ้นเปลืองเงินทองเกินเหตุ ในญี่ปุ่นการเลี้ยงดูเด็กคนหนึ่งต้องใช้เงินจำนวนมหาศาล พ่อแม่ส่วนใหญ่ให้ลูกไปโรงเรียนกวดวิชาแม้จะต้องจ่ายเงินแพงเพื่อให้ลูกเข้ามหาวิทยาลัยได้

อีกประเด็นหนึ่งคือ การที่คนแต่งงานกันน้อยลง แม้มีหนุ่มสาวที่ปรารถนาจะแต่งงานอยู่มาก แต่ยังมีคนอีกจำนวนไม่น้อยที่คิดว่าถึงแม้ไม่แต่งงานก็ใช้ชีวิตอย่างมีความสุขได้ นี่ถือเป็นปัญหาใหญ่ที่รุนแรง และดูเหมือนว่าไม่มีใครรู้ว่าควรจะต้องทำอย่างไรดี

หากคุณอาศัยในเขตเมืองหลวงและไม่มีรถยนต์แล้ว การออกไปข้างนอกกับพวกเด็ก ๆ นับว่าเป็นเรื่องยากลำบากทีเดียว ครั้งหนึ่งตอนที่ผมเดินอยู่บนทางเดินเท้าในถนนที่มีการจราจรหนาแน่น แม่คนหนึ่งกับลูกเล็ก ๆ 3 คนเดินอยู่ข้างหน้าผม แล้วจู่ๆ เกิดมีรถคันหนึ่งแล่นแฉลบจากถนนขึ้นมาบนทางเดินเท้าและเกือบจะชนเด็กคนหนึ่งเข้า แม่ของเด็กโมโหมาก ตะโกนด่าทอคนขับแล้วใช้มือ 2 ข้างทุบรถ ผมไม่เคยได้พบภาพเช่นนี้มาก่อนเลย คนญี่ปุ่นส่วนใหญ่มักจะไม่แสดงอารมณ์โกรธต่อหน้าคนง่าย ๆ แบบนั้น แต่ผมก็เข้าใจความรู้สึกแม่เด็กคนนั้นได้เป็นอย่างดี ทางเดินเท้าในญี่ปุ่นมักจะแคบ และอยู่ในตำแหน่งล่อแหลมกับถนนที่มีการจราจรคับคั่ง นี่ก็เป็นอีกเหตุผลหนึ่งที่ชี้ให้เห็นถึงความยากลำบากในการเลี้ยงเด็กในญี่ปุ่น

問題ではありません。検討すべき課題がたくさんあります。

多くの人が、２人以上のこどもをもつのはお金がかかりすぎると感じています。日本ではこども１人を育てるのに多額のお金がかかります。たいていの親は、こどもを大学に入学させるために高いお金を払ってでも塾に通わせなければなりません。

別の課題は結婚する人たちの減少です。結婚を望む男女もたくさんいますが、結婚しなくても幸せに生きていけると感じている人も少なくありません。これはきわめて深刻な問題で、どうすればいいのか誰もわからないようです。

都市部に住んでいて自動車がないと、幼いこどもたちといっしょに出かけるのはひと苦労です。私が交通量の多い通りの歩道を歩いていたときのことです。１人の母親が小さなこども３人といっしょに私の前を歩いていました。すると突然、自動車が道路から外れて歩道に入ってきて、もう少しでこどもの１人をはねそうになりました。その母親はたいへんに怒り、運転手に向かって叫びながら車を両手でたたいていました。あんな光景はそれまで見たことがありませんでした。ほとんどの日本人は人前でそう簡単に怒ったりしませんが、あの母親の気持ちも理解できます。日本の歩道はあまり広くなく、交通量の多い道路とすれすれの位置にあります。これが、日本での育児の難しさを示すもう１つの理由です。

059 Q ผู้สูงอายุได้รับการดูแลเป็นอย่างดีหรือไม่

A คนญี่ปุ่นมีอายุขัยเฉลี่ยยืนยาว อาจเป็นเพราะได้ทานอาหารที่ดีต่อร่างกายและเอาใจใส่สุขภาพ แต่ทว่าประชากรสูงวัยเพิ่มขึ้นเรื่อย ๆ จึงต้องรับมือกับปัญหาสำคัญต่าง ๆ ปัญหาหนึ่งคือ ประชากรที่ทำงานและจ่ายภาษีมีจำนวนลดน้อยลง แต่ในเวลาเดียวกันกลับมีประชากรที่ต้องการการดูแลเพิ่มขึ้น โดยผลลัพธ์ที่ตามมาทำให้ญี่ปุ่นต้องขึ้นภาษีผู้บริโภค แต่ยังมีคนอีกเป็นจำนวนมากที่ยังรู้สึกไม่มั่นใจต่ออนาคตของตัวเอง ด้วยกังวลว่าหากพวกเขาแก่ตัวลงจะดูแลตัวเองได้หรือไม่ และรัฐบาลเองก็คงไม่สามารถช่วยเหลือพวกเขาได้เช่นกัน

060 Q ผู้หญิงได้งานทำกันง่ายไหม

A นานมาแล้วในญี่ปุ่นมีผู้หญิงที่ทำงานเต็มเวลาเพียงเล็กน้อยเท่านั้น แต่ทว่าในปัจจุบันสถานการณ์ได้เปลี่ยนไปแล้ว ผู้หญิงหลายคนที่ไม่มีครอบครัวและปรารถนาการทำงานมีเพิ่มมากขึ้นเรื่อย ๆ หรือในขณะเดียวกันก็ยังมีผู้หญิงที่ถึงแม้จะมีครอบครัวแล้วแต่ก็ยังอยากทำงานต่อไป ญี่ปุ่นในปัจจุบันผู้หญิงอาจจะได้งานทำกันง่ายขึ้นเมื่อเทียบกับเมื่อ 10 หรือ 20 ปีก่อนหน้านี้

ถึงอย่างนั้นก็ดูเหมือนว่าในที่ทำงานยังไม่มีความเสมอภาคในทุกด้าน ในองค์กรธุรกิจญี่ปุ่นที่มีบัญชีรายชื่ออยู่ในตลาดหลักทรัพย์โตเกียวจะเห็นได้ว่าสัดส่วนของผู้หญิงที่ดำรงตำแหน่งกรรมการบริหารนั้นมีไม่ถึง 1%

Q お年寄りはきちんと世話をしてもらえますか？

A 日本人の平均寿命は長いです。おそらく健康的な食生活を送り、健康に気をつけているからでしょう。しかし人口が高齢化しつつあるために、いくつか重要な問題に対処しなければなりません。問題の１つは、働いて税金を払う人口が減っていることです。同時に、世話を必要とする人口は増えています。その結果、日本は消費税を増税しています。しかしまだ将来に安心感を持てない人々が大勢います。彼らは、年をとったら自分で自分の世話をできないのではないかという不安を抱えていますが、政府もこうした人々を支援できないでしょう。

Q 女性が仕事を得るのは簡単ですか？

A 日本では長年にわたって、フルタイムの仕事をする女性はわずかしかいませんでした。しかし最近は状況が変わってきました。働くことを望み、家族を持たない女性がますます増えています。あるいは家族を持っても働きつづけたいと願う女性もいます。10年前や20年前にくらべると、おそらく現在の日本は、女性にとってはるかに働きやすくなっているはずです。

しかし職場はあらゆる面で平等とはいえないようです。東京証券取引所に名をつらねる日本企業のうち、女性の取締役が占める割合は１パーセントにも満たないのです。

แม้กระนั้นก็ตาม เป็นที่ชัดเจนว่ามีองค์กรธุรกิจญี่ปุ่นจำนวนมากที่ประสบความสำเร็จจากการใช้ทักษะของผู้หญิงให้เป็นประโยชน์ อันที่จริงมีองค์กรธุรกิจญี่ปุ่นจำนวนมากคิดว่าการรับบุคลากร 1 คนที่มีความเหมาะสมกับงานน่าจะทำให้งานราบรื่นมากกว่าเลือกจ้างแต่ผู้ชาย

061 ชาวต่างชาติที่อยู่ในญี่ปุ่น

Q ในญี่ปุ่นมีชาวต่างชาติจำนวนมากไหม

A ปัจจุบันในญี่ปุ่นมีชาวต่างชาติเป็นจำนวนมากชนิดที่ไม่เคยมีมาก่อน โดยมีคนเกาหลีและคนจีนมากที่สุด รองลงมาเป็นคนฟิลิปปินส์และคนบราซิล ที่บราซิลมีคนญี่ปุ่นอพยพเข้าไปอยู่อาศัยเป็นจำนวนมาก ซึ่งปัจจุบันบรรดาลูกหลานต่างพากันกลับมาที่ญี่ปุ่น และยังมีคนจากอเมริกาอีกประมาณ 47,000 คนที่เข้ามาพำนักอาศัยที่ญี่ปุ่นเช่นกัน

น่าเสียดายว่าที่ญี่ปุ่นมีชาวต่างชาติจำนวนมากลักลอบอยู่อย่างผิดกฎหมาย และรัฐบาลกำลังเอาจริงเอาจังกับการลดจำนวนกลุ่มคนเหล่านี้

とはいえ日本企業の多くは、明らかに女性の技能を活用することによって成功を収めてきました。実際に多くの企業で、その仕事に最適な人物を1人雇ったほうが、男性ばかりを雇うよりも仕事がうまくいくだろうと考えられています。

日本にいる外国人

Q 日本には外国人がたくさんいますか？

A 現在の日本にはかつてないほど多くの外国人がいます。韓国人と中国人がもっとも多く、フィリピン人とブラジル人がそれにつづきます。ブラジルには多くの日本人が移住しました。現在はその子や孫たちが帰ってくるようになりました。アメリカからは約4万7000人がやってきて暮らしています。

　残念ながら不法滞在をする外国人が多く、政府はその数を減らそうと取り組んでいます。

Q คนญี่ปุ่นต้อนรับชาวต่างชาติหรือไม่

A ญี่ปุ่นไม่ค่อยยอมรับผู้อพยพ และยังถือเป็นสังคมค่อนข้างปิดเมื่อเทียบกับประเทศพัฒนาแล้วประเทศอื่น ๆ มีบางคนกลัวว่าหากรับผู้พำนักอาศัยที่เป็นชาวต่างชาติเข้ามาในญี่ปุ่นเป็นจำนวนมากแล้วสังคมปัจจุบันจะเปลี่ยนแปลงไปโดยคนกลุ่มนี้หรือไม่ แต่สำหรับญี่ปุ่นที่มีปัญหาประชากรสูงวัยอย่างต่อเนื่องนั้น การรับชาวต่างชาติเข้ามาเป็นแรงงานใหม่เพื่อดำรงไว้ซึ่งเศรษฐกิจที่เข้มแข็งอาจเป็นเรื่องจำเป็นก็ได้

ยังมีอีกสาเหตุที่คนญี่ปุ่นมักจะหลีกเลี่ยงชาวต่างชาติ อาทิเช่น หากคุณเป็นชาวต่างชาติที่ไปขึ้นรถไฟฟ้าในญี่ปุ่น จะรู้สึกได้ทันทีว่ามีบางครั้งที่คนญี่ปุ่นจะไม่นั่งข้าง ๆ คุณ แม้ในยามที่รถไฟฟ้าแน่นขนัดก็ยังไม่ยอมมานั่งข้าง ๆ โดยอาจจะคิดกันไปว่าเพราะคนญี่ปุ่นรังเกียจชาวต่างชาติ แต่อันที่จริงอาจไม่ใช่เช่นนั้น

คนญี่ปุ่นจำนวนมากรู้สึกว่าเขาควรจะพูดภาษาอังกฤษแต่กลับพูดไม่ได้ สมมุติว่าเกิดไปนั่งข้าง ๆ ชาวต่างชาติแล้วถูกถามอะไรบางอย่างก็เกรงว่าจะตอบไม่ได้ จึงมีคนญี่ปุ่นจำนวนมากพยายามเว้นระยะห่างจากชาวต่างชาติเพื่อหลีกเลี่ยงสถานการณ์ที่ยุ่งยากนั้น แต่ในทางกลับกันก็มีคนญี่ปุ่นจำนวนมากที่ให้ความเป็นมิตรอย่างยิ่ง และถึงแม้จะไม่มั่นใจในภาษาอังกฤษของตนแต่ก็อยากจะลองพูดคุยกับชาวต่างชาติดูด้วย

Q 日本人は外国人を歓迎してくれますか？

A 日本はあまり移民を受け入れず、ほかの先進諸国にくらべると やや閉鎖的な社会です。外国人居住者をたくさん受け入れると、 彼らによって現状の社会が変えられてしまうのではないかと恐 れる人もいます。しかし人口の高齢化が進んでいる日本では、強 力な経済を維持するために外国からの新たな労働者を受け入れ ていく必要があるかもしれません。

　日本人が外国人を避けがちな理由はほかにもあります。たと えばあなたが外国人で、日本で電車に乗ったとします。すると日 本人が隣に座らない場合があることに気づくはずです。たとえ 電車が混んでいようと、それでも隣に座ろうとしない場合があ ります。きっと日本人は外国人を嫌いだからだと思うかもしれ ません。しかしおそらくそうではありません。

　日本人の多くは、英語を話すべきだけど話せない、と感じてい ます。もし外国人の横に座って何かをきかれても答えられない ことを恐れているのです。そんなやっかいな事態を避けるため に、外国人から距離を置こうとする日本人が多いのです。しかし 日本人の多くはたいへん親しみやすく、たとえ英語力に自信が なくても外国人と話をしてみたいと思っているのです。

๓

การดำเนินชีวิตและวัฒนธรรมของญี่ปุ่น

3. 日本の暮らしと文化

3-1 ที่พักอาศัยของคนญี่ปุ่น

063 การใช้ชีวิตในเมืองใหญ่

Q เมืองที่มีประชากรมากที่สุดในญี่ปุ่นคือเมืองใด

A คนญี่ปุ่นส่วนใหญ่อาศัยอยู่ในเขตเมืองใหญ่ โดย 27% ของประชากรทั้งหมดอาศัยอยู่ในโตเกียวและจังหวัดโดยรอบ

เมืองที่มีประชากรมากที่สุดคือโตเกียว ซึ่งมีประชากรอาศัยอยู่ราว 13,100,000 คน เมืองที่มีประชากรรองลงมา ได้แก่ โยโกฮาม่า โอซาก้า และนาโงย่า โดยเมืองทั้งหมดนี้ตั้งอยู่ทางทิศตะวันตกของโตเกียว และเป็นเมืองใหญ่ที่อยู่บนเกาะฮอนชูทั้งสิ้น

เมื่อพูดถึงโตเกียว จะแบ่งได้เป็น 2 เขตใหญ่ ๆ คือ *"ชิตามาจิ"* และ *"ยามาโนเตะ"* คำว่า ชิตามาจิ มีความหมายว่า *"ย่านที่ราบต่ำ"* เป็นเขตที่ราบต่ำบริเวณฝั่งตะวันออกของโตเกียว และถือเป็นเมืองของช่างฝีมือที่สืบทอดเชื้อสายกันมา ส่วนคำว่า ยามาโนเตะ มีความหมายว่า *"ย่านภูเขา"* เป็นพื้นที่ใจกลางโตเกียว ซึ่งเคยเป็นบริเวณที่พำนักของเหล่าซามูไรและไดเมียวในสมัยเอโดะ

3-1 家庭での日本人

都市の暮らし

Q 日本で最も人口が多いのはどこですか？

A ほとんどの日本人は都市部に住んでいます。全人口の27パーセントが東京とその周辺の県に暮らしています。

　人口が最も多い都市は東京で、約1310万人が生活しています。これにつづくのが横浜、大阪、名古屋で、すべて東京より西に位置し、本州の島にある都市です。

　東京といえば、この都市は「シタマチ」と「ヤマノテ」の2つの地域に分けられることがあります。シタマチとは「下の町」という意味です。これは東京の東側にある低地を示します。ここは伝統的な職人の町がある地域です。ヤマノテは「山の手」という意味です。ここは東京の中心部に当たる地域で、江戸時代には侍や大名が暮らしていました。

064

Q ญี่ปุ่นมีแต่เมืองใหญ่เท่านั้นหรือ

A ผู้คนมักคิดกันว่าพื้นที่ส่วนใหญ่ของญี่ปุ่นเต็มไปด้วยตึกระฟ้าและถนนต่าง ๆ แต่อันที่จริงแล้ว ญี่ปุ่นยังอุดมสมบูรณ์ไปด้วยเขตชนบทและพื้นที่ที่มีสัตว์ป่าอาศัยอยู่ หากคุณนั่งรถไฟออกจากโตเกียวไปสัก 1 ชั่วโมง ก็เข้าสู่เขตชนบทแล้วละครับ บริเวณนั้นจะเต็มไปด้วยป่าไม้และภูเขา และยังมีหมู่บ้านของผู้คนที่เลือกใช้ชีวิตอย่างเรียบง่ายและไม่เร่งรีบตั้งอยู่ด้วย มีชาวต่างชาติที่มาอาศัยอยู่ที่ญี่ปุ่นจำนวนไม่น้อยย้ายไปอาศัยอยู่ตามพื้นที่แถบนี้ เพื่อดื่มด่ำกับวิถีชีวิตแบบดั้งเดิมของญี่ปุ่นยิ่งขึ้น

065

ที่พักอาศัย

Q บ้านเรือนในญี่ปุ่นเล็กไหม

A คนที่เพิ่งมาญี่ปุ่นได้ไม่นานคงจะคิดว่าบ้านเรือนในญี่ปุ่นหลังเล็กนิดเดียว ตามเมืองใหญ่ ๆ ผู้คนส่วนมากจะอาศัยอยู่ในอพาร์ตเมนต์ขนาดเล็ก โดยค่าเฉลี่ยของพื้นที่บ้านหรืออพาร์ตเมนต์ทั่วญี่ปุ่นอยู่ที่ 1,023 ตารางฟุต (ประมาณ 95 ตารางเมตร) ครับ

เนื่องจากโตเกียวมีพื้นที่น้อย ที่ดินจึงมีราคาสูงมาก คนญี่ปุ่นส่วนใหญ่จะไม่ค่อยชวนแขกมาที่บ้านของตน เพราะพวกเขาคิดว่าภายในบ้านเต็มไปด้วยข้าวของเครื่องใช้ส่วนตัว จึงไม่มีพื้นที่เพียงพอสำหรับรับรองแขกได้

Q 日本は都会ばかりなのですか？

A 日本のほとんどの地域が建物や道路でおおわれていると考えてしまいがちです。しかし日本には田舎や野生生物が暮らす地域がまだ豊富にあります。東京から1時間も電車に乗れば、もう田舎町です。そこには多くの森や山々があります。質素でのんびりとした暮らしを選んだ人々が暮らす村もまだあります。日本に住む外国人には、そうした地域に移り住んで、より伝統的な日本の暮らしを楽しんでいる人も少なくありません。

住宅事情

Q 日本の住宅は小さいですか？

A 日本に来てまもない人はきっと、日本の家はずいぶん小さいと思うことでしょう。大都市ではほとんどの人が小さなアパートに暮らしています。日本全体の住宅床面積の平均は1023平方フィート（約95平方メートル）です。

　東京にはあまり土地がないので地価がたいへん高価です。たいていの日本人はお客を自宅には連れていきません。というのは、家は身の回り品がいっぱいなので、お客を招待するだけのス

บ้านเรือนของคนญี่ปุ่นไม่เพียงแค่เล็กเท่านั้น เพดานและทางเข้าออกยังเตี้ยอีกด้วย ผมมีเพื่อนชาวอเมริกันตัวค่อนข้างสูงอยู่คนหนึ่ง ผมได้พบกับเขาหลังจากที่เขาย้ายมาอยู่ที่อพาร์ตเมนต์แล้ว ปรากฏว่าที่ศีรษะของเขามีแผลอยู่ 2-3 แห่ง พอถามว่าเกิดอะไรขึ้น เขาบอกว่าหัวชนประตูทางเข้าออกอยู่หลายครั้ง โชคดีจังนะครับที่ผมไม่ต้องกังวลเรื่องนี้

066

Q ทำไมผู้คนไม่ย้ายออกจากเมืองใหญ่ แล้วไปอยู่อาศัยในบ้านที่มีขนาดใหญ่ขึ้นล่ะ

A ที่ญี่ปุ่น สถานที่ทำงานจะกระจุกตัวอยู่ในเมืองใหญ่ ดังนั้นจึงมีบางคนที่ทำงานในตัวเมือง แต่อาศัยอยู่แถบชานเมือง และนั่งรถไฟมาทำงาน คนจำนวนมากที่ทำงานในโตเกียวต้องใช้เวลาเดินทางมาทำงานมากกว่า 1 ชั่วโมงครึ่ง บางคนถึงกับต้องนั่งรถไฟชิงกันเซนมาทำงานเลยทีเดียวครับ

ペースがないと思っているからです。

日本の住宅は小さいだけでなく、天井や出入口もたいていあまり高くありません。私には、やや背の高いアメリカ人の友人がいます。彼がアパートに引っ越したあとに会ったら、頭に2、3個の傷がついていました。何があったのかとたずねると、出入口で何度も頭をぶつけたとのことでした。さいわい私はこんな心配をしたことがありません。

Q どうして人々は大都市から引っ越して大きな住居に住もうとしないのですか？

A 日本では職場のほとんどが大都市にあります。そのため都市で仕事をして郊外に暮らし、電車で通勤する人もいます。東京で働く人には1時間半以上もかけて通勤する人も多く、なかには超特急列車の新幹線で通勤する人さえいます。

Q อ่างอาบน้ำของญี่ปุ่นเป็นอย่างไร

A อ่างอาบน้ำของญี่ปุ่นส่วนใหญ่เป็นรูปสี่เหลี่ยมและลึก ก่อนจะลงไปในอ่างอาบน้ำ คุณต้องอาบน้ำชำระร่างกายเสียก่อน และเมื่อร่างกายสะอาดแล้ว จึงค่อยลงไปแช่น้ำร้อนในอ่างอาบน้ำ แล้วนั่งอยู่ในนั้นสักพัก ในบางครั้งอาจมีคนใช้น้ำร้อนเดียวกันนี้ต่อจากคุณด้วย ช่วงแรก ๆ คุณอาจทำใจให้ชอบอ่างอาบน้ำของญี่ปุ่นได้ยาก แต่เมื่อเวลาผ่านไป คนส่วนใหญ่กลับติดใจอ่างอาบน้ำแบบนี้ บางบ้านจะต้มน้ำที่ผ่านการใช้มาแล้วครั้งหนึ่งให้ร้อนก่อนนำไปใช้ซ้ำอีกครั้ง

068 Q ทาทามิคืออะไร

A ทาทามิเป็นเสื่อที่ทอจากหญ้าอิงุสะ เสื่อทาทามิใหม่ ๆ จะมีกลิ่นหอมและให้ความรู้สึกที่ดี คนส่วนใหญ่จะเปลี่ยนเสื่อทาทามิใหม่ทุก ๆ 4 ถึง 5 ปี เวลาจะบอกขนาดของห้องในญี่ปุ่น ก็มักจะบอกโดยใช้จำนวนของเสื่อทาทามิ ตัวอย่างเช่น ห้องนอนขนาด *"4 เสื่อ"* หรือห้องกว้าง *"6 เสื่อ"* เป็นต้น

日本の家

Q 日本の浴槽はどうなっていますか？

A たいていの日本の浴槽は四角くて深くなっています。浴槽に入る前には体を洗わなくてはいけません。体をきれいにしたらお湯に入ってそのまま数分座ります。

次にほかの人が同じお湯を使うこともあります。最初は日本式の浴槽を好きになれないかもしれません。でもしばらくすると、ほとんどの人がこのお風呂をすっかり気に入るようになります。同じお湯を温めなおしてふたたび使う家もあります。

Q 畳とは何ですか？

A 畳とはイグサで覆われたマットです。新しい畳はたいへん気持ちがよく、いい香りがします。畳はたいてい４、５年おきに新調します。日本で部屋の大きさを伝えるとき、畳の数がよく使われます。たとえば、寝室は「４畳」とか「６畳」の広さの部屋だと表現します。

069 Q คนญี่ปุ่นใช้ฟุตง (ฟูกนอน) กันเยอะไหม

A คนที่ใช้เตียงนอนก็มีครับ แต่คนที่ยังใช้ฟุตงอยู่มีมากกว่า ถ้าคุณนอนบนฟุตง ก็จะต้องพับฟุตงเก็บให้เรียบร้อยทุกเช้า โดยสาเหตุที่คนญี่ปุ่นชอบใช้ฟุตงกันนั้น เป็นเพราะไม่เปลืองพื้นที่มากนัก

070 Q จริงหรือเปล่าที่บ้านของญี่ปุ่นมีประตูและหน้าต่างที่ทำจากกระดาษ

A จริงครับ โชจิเป็นประตูเลื่อนที่ทำจากไม้กับกระดาษ ส่วนฟุสุมะเป็นประตูที่บุด้วยกระดาษหนาทั้งสองด้าน เมื่อเอาโชจิและฟุสุมะออกจะกลายเป็นห้องขนาดใหญ่ 1 ห้อง

071 Q ในฤดูหนาวจะใช้เครื่องทำความร้อนประเภทใดบ้าง

A ตามพื้นที่ที่มีอากาศหนาวในญี่ปุ่นมักจะใช้เครื่องทำความร้อนแบบใช้น้ำมันหรือแก๊ส แต่ก็มีบ้านเรือนเป็นจำนวนมากที่ใช้โคตัทสึครับ โคตัทสึเป็นโต๊ะเตี้ย ๆ ที่ติดเครื่องทำความร้อนแบบใช้ไฟฟ้าไว้ใต้โต๊ะ แล้วคลุมทับด้านบนด้วยผ้าห่มเพื่อป้องกันไม่ให้ความร้อนออกมา ช่วงอากาศหนาวจัด โต๊ะโคตัทสึจะอบอุ่นและสบายมากเลยครับ อย่างไรก็ตาม ตามตึกใหม่ ๆ ส่วนใหญ่จะติดตั้งเครื่องปรับอากาศเพื่อสร้างความอบอุ่นทั่วทั้งตึก

Q 日本人は布団を使う人が多いのですか？

A ベッドがある人もいますが、布団を使う人のほうが多いです。布団で寝る場合は、毎朝かたづける必要があります。日本人が布団を好むのは、あまり場所をふさがないからです。

Q 日本の家には紙のドアや窓があるというのはほんとうですか？

A はい。障子という引き戸があり、木と紙でつくられています。ふすまというのはドアの両面に紙を貼ったようなつくりです。障子とふすまを取り払うと、1つの大きな部屋になります。

Q 冬はどんな暖房器具を使いますか？

A 日本の寒い地方では石油ストーブやガスストーブがよく使われます。こたつのある家も多いです。こたつとは、天板の裏側に電気ヒーターのついたローテーブルです。そのうえに毛布を掛けて熱を逃がさないようにします。寒さの厳しいとき、こたつはたいへん温かくて快適です。新しい建物にはたいてい、建物全体を暖める空調設備があります。

072 Q ในบ้านของคนญี่ปุ่นมีโทโคโนมะกันทุกหลังเลยหรือเปล่า

A เมื่อก่อนเป็นเช่นนั้นครับ โทโคโนมะเป็นบริเวณยกพื้นที่มีขนาดครึ่งเสื่อหรือ 1 เสื่อ ตามปกติจะแขวนภาพเขียนและประดับดอกไม้อิเคบานะบริเวณโทโคโนมะ อย่างไรก็ตาม บ้านที่สร้างใหม่ในปัจจุบันไม่ทำโทโคโนมะกันมากขึ้น เนื่องจากจะใช้พื้นที่ส่วนนี้ทำประโยชน์อย่างอื่น แต่กระนั้นโทโคโนมะก็ถือเป็นพื้นที่เฉพาะตัวของบ้านแบบญี่ปุ่น จึงห้ามนั่งและวางสิ่งของบริเวณนี้ครับ

073 Q หากได้รับเชิญไปบ้านคนญี่ปุ่นจะต้องทำอย่างไร

A คนญี่ปุ่นจำนวนมากจะไม่เชิญแขกมาที่บ้านหรือให้แขกพักที่บ้าน ไม่ว่าจะสนิทสนมกันแค่ไหนก็ตามซึ่งต่างจากชาวตะวันตก โดยส่วนใหญ่คนญี่ปุ่นจะพาแขกไปที่ร้านอาหารมากกว่าครับ

แต่ถ้าคุณได้ไปเที่ยวที่บ้านคนญี่ปุ่นจริง ๆ ละก็ ควรไปให้ตรงเวลานะครับ ห้ามไปก่อนเวลาหรือไปสาย แล้วก็อย่าลืมนำของฝากติดไม้ติดมือไปด้วย อาจจะเป็นคุกกี้หรือไวน์สักขวดก็ได้ครับ แต่เจ้าของบ้านอาจจะยังไม่เปิดดูของฝากต่อหน้าคุณนะครับ

ส่วนใหญ่แล้วภรรยาเจ้าของบ้านจะยุ่งอยู่กับการดูแลจัดเตรียมเครื่องดื่มและอาหาร แม้คุณจะเอ่ยปากให้เธอหยุดพักบ้าง เธอก็คงไม่ยอมหยุดมือเป็นแน่

Q 日本ではどの家にも床の間があるのですか？

A 昔はそうでした。床の間とは畳半畳、もしくは一畳分のアルコーブです。床の間にはよく掛け軸や生け花が飾ってあります。最近の新しい家には床の間をつくらない場合も多くなりました。その分のスペースをほかの目的に使えるからです。しかし床の間もやはり、伝統的に日本の家ならではの空間です。ここには座ってはいけないし、物を置いてもいけません。

Q 日本の家に招かれたらどうすればいいのですか？

A 大多数の人はたとえ親しい友人であっても、西洋のように家に招いたり宿泊させたりはしません。レストランに連れて行くほうが一般的です。

もしもほんとうに日本の家を訪ねることになったら、時間通りに行きましょう。早すぎても遅れてもいけません。ちょっとしたおみやげを持っていくのがいいでしょう。クッキーやワイン１本で十分です。しかしおそらく招待主はそのおみやげをあなたの前では開けないでしょう。

たいていの場合、その家の奥さんがめまぐるしく飲み物や料理の世話をしてくれるはずです。どうぞおかまいなくと言ってみたところで、きっと手を休めないでしょう。

ค่าครองชีพ

Q การใช้ชีวิตในญี่ปุ่นต้องใช้เงินจำนวนมากหรือเปล่า

A รายได้เฉลี่ยต่อปีของคนญี่ปุ่นจัดอยู่ในอันดับที่ 15 ของโลก แต่ถ้าใช้ชีวิตอยู่ในโตเกียวละก็ จะมีค่าใช้จ่ายสูงกว่าเมืองใด ๆ ในโลก หากกำหนดมาตรฐานค่าครองชีพของนิวยอร์กเท่ากับ 100 หน่วย ตัวเลขของโตเกียวจะเท่ากับ 152 หน่วย และโอซาก้าจะเท่ากับ 146 หน่วย

สำหรับรายจ่ายของครัวเรือนโดยเฉลี่ยนั้น 21.8% ของรายรับใช้เป็นค่าอาหาร อีกอย่างละ 4% ใช้เป็นค่าเล่าเรียน ค่าสาธารณูปโภค และค่าเสื้อผ้าเครื่องนุ่งห่ม และ 11.2% ใช้เป็นค่านันทนาการพักผ่อนหย่อนใจ ถึงกระนั้น ถ้าคิดจะออมเงินก็สามารถทำได้ครับ เพราะมีร้านขายสินค้าลดราคาอยู่มากมายในญี่ปุ่น แถมคุณยังสามารถตัดผมได้ในราคาแค่ 1,000 เยนอีกด้วย

075

Q อพาร์ตเมนต์มีลักษณะอย่างไร

A โดยปกติขนาดห้องของอพาร์ตเมนต์ในญี่ปุ่นจะกำหนดตามจำนวนห้อง ตัวอย่างเช่น 1R หมายถึงอพาร์ตเมนต์ที่มี 1 ห้องและมีห้องน้ำในตัว ถ้าเป็น 2LDK จะหมายถึงอพาร์ตเมนต์ที่มีห้องนอน 2 ห้องกับห้องนั่งเล่นและห้องรับประทานอาหาร รวมกับห้องน้ำและห้องครัว

ในโตเกียว ค่าเช่าอพาร์ตเมนต์ขนาด 1LDK ที่มีห้องนอน 1 ห้องกับห้องนั่งเล่นและห้องรับประทานอาหาร รวมกับห้องน้ำและห้องครัวจะอยู่ที่

生活費

Q 日本で暮らすとお金がかかりますか？

A 日本人の平均年収は世界で第15位ですが、東京で生活すると世界のどこの都市よりもお金がかかります。ニューヨークの生活費を100とすれば、東京は152、大阪は146となります。

　平均的な世帯の支出は収入の21.8パーセントが食費で、教育費、光熱費、被服費がそれぞれ4パーセント、そして文化遊興費が11.2パーセントとなっています。とはいえ貯金をしようと思えば可能です。日本には多くのディスカウント・ストアがあります。おまけにたったの千円で髪を切ってもらえます。

Q アパートはどんなふうですか？

A 日本のアパートの広さは通常、部屋の数が基準になっています。たとえば1Rとは浴室付きのワンルーム・アパートのことです。2LDKはリビング兼ダイニングルームと寝室が2部屋、そして浴室と台所のあるアパートを示します。

　東京では、寝室1部屋とリビング兼ダイニングルーム、浴室とキッチンのある1LDKのアパートの家賃は8万円から10万円で

ประมาณ 80,000 ถึง 100,000 เยน แต่ถ้าคุณต้องการพักอาศัยใกล้ ๆ สถานีรถไฟหรือย่านที่ดีเป็นพิเศษแล้ว ราคาจะถีบตัวสูงขึ้นไปอีก

076 Q ในการย้ายเข้าอพาร์ตเมนต์แห่งใหม่ต้องเสียค่าใช้จ่ายประมาณเท่าไร

A ในกรณีที่คุณย้ายเข้าอพาร์ตเมนต์แห่งใหม่ คุณจะต้องเสียค่าใช้จ่ายประมาณค่าเช่าห้อง 5 เดือน โดยแบ่งเป็นเงินค่าเช่าห้อง 1 เดือน เงินประกัน (ชิกิคิน) 2 เดือน เงินกินเปล่า (เรคิน) 1 เดือน และยังต้องเสียค่าดำเนินการอีก 1 เดือนด้วย ในบางครั้งอาจต้องเสียค่าส่วนกลางรวมถึงค่าประกันภัยอีกด้วย

เงินประกันเป็นเงินที่จ่ายฝากไว้ที่เจ้าของหรือผู้ดูแลอพาร์ตเมนต์ เงินส่วนนี้จะใช้เป็นค่าเช่าห้องในส่วนที่ค้างชำระ ค่าทำความสะอาดห้อง หรือค่าซ่อมแซมต่าง ๆ เมื่อผู้เช่าย้ายออกจากอพาร์ตเมนต์ไปแล้ว หากคุณไม่ได้ค้างชำระค่าเช่าห้อง และคืนห้องในสภาพสะอาดและสมบูรณ์ คุณจะได้รับเงินนี้คืน หลังจากภาวะเศรษฐกิจฟองสบู่แตก อพาร์ตเมนต์จำนวนมากลดจำนวนเงินประกันลงเหลือเท่ากับค่าเช่าห้อง 1 เดือน

ส่วนเงินกินเปล่าเป็นเงินที่จ่ายให้แก่เจ้าของอพาร์ตเมนต์เป็นค่าตอบแทนที่ให้เราเช่าห้อง เพราะฉะนั้นจะไม่ได้รับคืนเวลาย้ายออก อย่างไรก็ดี หลังจากภาวะเศรษฐกิจฟองสบู่แตก ก็ไม่ได้บังคับว่าต้องจ่ายเงินกินเปล่าอีกต่อไป

す。しかし駅の近くやとびきり素敵な地域に住みたいとなるともっと高くなります。

Q 新しくアパートに引っ越す場合の費用はどのぐらいかかりますか？

A 新たにアパートに引っ越す場合、だいたい家賃の５ヵ月分を払う必要があります。１ヵ月分の家賃、敷金として２ヵ月分の家賃、そして礼金が１ヵ月、さらに家賃１ヵ月分の手数料がかかります。維持管理費と保険料も払わないといけない場合があります。

敷金とはアパートの持ち主や管理人に払う担保金です。このお金は借り手がアパートから出ていくときに、未払いになっていた家賃の清算や、借り手が出ていったあとの部屋の掃除や修繕費に使われます。家賃を滞納せず、部屋をきれいに使っていれば、このお金は借り手のもとに戻ってきます。バブル景気が崩壊してからは、敷金は１ヵ月分とされることが多くなりました。

礼金は、部屋を貸してくれたお礼としてアパートの持ち主に払うお金であり、借り手が出ていくときに払い戻されません。しかしバブル崩壊後、礼金は強制されなくなりました。

077 Q อาหารญี่ปุ่นราคาแพงไหม

A ญี่ปุ่นนำเข้าอาหารประมาณ 60% โดยสินค้านำเข้าส่วนใหญ่ ได้แก่ ปลา เนื้อสัตว์ ข้าวโพด ข้าวสาลี และกาแฟ สืบเนื่องจากความผันผวนของอัตราแลกเปลี่ยนเงินตรา บวกกับปัจจัยที่เหนือความคาดหมาย ญี่ปุ่นจึงไม่สามารถควบคุมราคาสินค้านำเข้าขั้นสุดท้ายได้

ในอีกด้านหนึ่ง อาหารหลักที่รับประทานกันในชีวิตประจำวันของญี่ปุ่นส่วนใหญ่ผลิตภายในประเทศ โดยที่ข้าว 92% ไข่ 98% ผัก 88% เนื้อสัตว์ 67% และอาหารทะเล 66% เป็นผลผลิตภายในประเทศ

ในครอบครัวที่มีสมาชิกเฉลี่ย 3.5 คนจะใช้เงินไปกับค่าอาหารโดยเฉลี่ย 78,059 เยนต่อเดือน ซึ่งตัวเลขนี้คิดเป็น 17.9% ของรายรับ ส่วนธุรกิจอาหารฟาสต์ฟู้ด ราคาในญี่ปุ่นจะถูกกว่าเมื่อเทียบกับประเทศอื่น ๆ เนื่องจากมีการแข่งขันเรื่องราคากันอย่างเข้มข้นในแต่ละร้าน

สิ่งที่น่าสนใจก็คือ แม้ว่าการส่งออกอาหารของญี่ปุ่นจะไม่สมดุลกับการนำเข้า แต่ทว่าซูชิ เต้าหู้ ชาเขียว ฯลฯ กลับได้รับความนิยมในต่างประเทศมากขึ้น

Q 日本の食べ物は高いですか？

A 日本は食料の約60パーセントを輸入しています。輸入されるのはおもに魚、肉、コーン、小麦、そしてコーヒーです。為替相場の変動をはじめとして予測のつかない要素も絡んで、日本は輸入品の最終価格をほとんど管理できません。

いっぽう日本の食生活の主食はほぼ国内で生産され、92パーセントの米、98パーセントの玉子、88パーセントの野菜、67パーセントの肉、66パーセントの魚介類が国内産です。

家族が3.5人の平均的な家庭では、1ヵ月に平均して7万8059円を食費に使います。これは収入の17.9パーセントに該当します。ファースト・フード業界では店同士の価格競争が激しいので、価格はほかの多くの国々にくらべて安上がりです。

興味深いことに、日本の食物の輸出と輸入の不均衡にもかかわらず、寿司や豆腐、緑茶などの日本食は海外でたいへんな人気を呼ぶようになってきました。

3-2 อาหารญี่ปุ่น

078 ส่วนประกอบของอาหารญี่ปุ่น

Q ข้าวเป็นส่วนประกอบของอาหารญี่ปุ่นที่พบเห็นได้บ่อยใช่ไหม

A ใช่ครับ มื้ออาหารแทบจะทุกมื้อมีข้าวสวยเป็นองค์ประกอบ โดยส่วนใหญ่จะเสิร์ฟกับข้าวมาพร้อมกับข้าวสวยด้วย

คนญี่ปุ่นเชื่อกันว่าข้าวเป็นอาหารอันศักดิ์สิทธิ์ แม้กระทั่งในปัจจุบันก็ยังใช้ข้าวเป็นส่วนประกอบในพิธีกรรมบางอย่างด้วย พุทธศาสนิกชนชาวญี่ปุ่นไม่ทานเนื้อสัตว์จนกระทั่งสิ้นสุดสมัยเอโดะในปี ค.ศ. 1867 แต่พวกเขาใช้ข้าวทำเป็นอาหารประเภทต่าง ๆ แทน ตัวอย่างเช่น ทำเป็นของหวาน ขนมขบเคี้ยว น้ำส้มสายชู และเหล้าสาเก

เวลาทานอาหารญี่ปุ่น ทางที่ดีควรทานข้าวและกับข้าวให้หมดพร้อมกันครับ แล้วอย่าลืมบอกเรื่องนี้กับคนที่ยังไม่คุ้นเคยกับอาหารญี่ปุ่นด้วยนะครับ มิเช่นนั้นแล้วเขาอาจจะทานกับข้าวไปจนหมด แล้วเหลือข้าวอยู่เต็มชาม หรือไม่ก็อาจจะเหลือกับข้าวเต็มชาม แต่ทานข้าวหมดไปแล้วก็เป็นได้

ซูชิเป็นอาหารจำพวกข้าวที่ได้รับความนิยมมากที่สุด ซูชิส่วนใหญ่ทำโดย

3-2 日本の食べ物

日本の食材

Q お米は日本の食事に最もよく登場する食材ですか？

A はい。ほとんどすべての食事にお米を炊いたごはんが付いてきます。たいていの場合、ごはんといっしょに食べるおかずも付きます。

お米は神聖な存在とまで考えられており、今でも儀式で使われる場合があります。1867年に江戸時代が終わるまで、日本の仏教徒は肉を食べませんでした。その代わりにお米を使って様々なものをつくったのです。デザートやスナック菓子、お酢、そして酒がつくられました。

日本食を食べる場合は、ごはんとおかずを同時に食べ終わるようにしたほうがいいでしょう。これは日本食に慣れていない人がいたらぜひ教えてあげてください。なぜならおかずを先に食べてしまい、ごはんがたっぷり残っている、またはその逆となってしまうことがありがちだからです。

寿司は最も人気のあるお米料理です。ほとんどの寿司は小さ

ปั้นข้าวสวยเป็นก้อนเล็ก ๆ แล้ววางอาหารทะเลดิบหรือปรุงสุก ผัก หรือไข่ไว้บนก้อนข้าวนั้น ส่วนซูชิที่จัดไว้ในจานซึ่งวางอยู่บนสายพานแล้วปล่อยให้หมุนไปรอบ ๆ เรียกว่า ไคเตนซูชิ (ซูชิหมุน) ร้านซูชิประเภทนี้สามารถพบเห็นได้ทั่วไป

บางครั้งคุณจะทานข้าวสวยที่ใส่อยู่ในชามแล้วมีซาชิมิ (ปลาดิบ) วางอยู่ด้านบนก็ได้ครับ

โอนิงิริ (ข้าวปั้น) คือข้าวสวยที่นำมาปั้นเป็นก้อนกลม ๆ เหมือนลูกบอล มักทำทานกันในครอบครัว อาจจะใส่ผักดอง อาหารทะเล ฯลฯ ที่หั่นเป็นชิ้นเล็ก ๆ ไว้ในข้าว โอนิงิริส่วนใหญ่จะห่อด้วยแผ่นสาหร่าย

079

Q คนญี่ปุ่นใช้โชยุกันบ่อยไหม

A ใช้บ่อยครับ ในภาษาญี่ปุ่นเราเรียกซอสที่ทำจากถั่วเหลืองว่า โชยุ ถือเป็นเครื่องปรุงหลักของอาหารก็ว่าได้ โดยจะใช้โชยุปรุงรสทั้งตอนทำและตอนรับประทานอาหาร ตามร้านอาหารญี่ปุ่นส่วนใหญ่จะวางขวดแก้วที่ใส่โชยุไว้บนโต๊ะอาหาร พูดได้ว่าหากปราศจากโชยุจะทำอาหารญี่ปุ่นส่วนใหญ่ไม่ได้

080

Q ตอนไปร้านอาหารเคยทานซุปสีน้ำตาลที่ใส่สาหร่าย ซุปนั้นคืออะไร

A นั่นคือ ซุปมิโสะ (ซุปเต้าเจี้ยว) ครับ มิโสะทำจากถั่วเหลืองกับเกลือ บางครั้งอาจใช้ข้าวด้วย ปกติจะใช้มิโสะทำซุป แต่อาจใช้ปรุงรส

なひと握りのごはんの塊のうえに、生の、あるいは調理された魚介類や野菜や玉子がひと切れ載っています。お皿に乗った寿司がベルトコンベアに載せられて循環する、回転寿司という寿司屋がよく見られます。

器にごはんをよそって、そのうえに刺身（生の魚）を盛りつけて食べる場合もあります。

おにぎりは家庭でつくられ、ごはんをボール状に丸めてあります。その中には漬け物や魚介類をほぐしたものなどが入っています。おにぎりはたいてい海苔で包んであります。

Q 日本人はしょうゆをよく使いますか？

A

はい、よく使います。大豆からつくられたソースを日本語でしょうゆと呼びます。食べ物の主要な調味料です。料理をつくるときにも、食べるときの味付けにも使います。ほとんどの日本食のレストランでは、テーブルにしょうゆの入った瓶が置かれています。しょうゆがなければ日本料理はほとんどつくることができません。

Q レストランに行って海藻の入った茶色いスープを飲みました。あれは何ですか？

A

それは味噌汁です。味噌は大豆と塩からつくられ、お米が使われる場合もあります。スープをつくるのに使われますが、ほかの日

อาหารญี่ปุ่นประเภทอื่น ๆ ก็ได้ ซุปมิโสะเป็นอาหารที่ขาดไม่ได้ในมื้ออาหาร
ของญี่ปุ่น ส่วนใหญ่พ่อครัวของญี่ปุ่นจะถูกตัดสินฝีมือการทำอาหารจากการ
ทำซุปมิโสะ

081 Q คนญี่ปุ่นทานเต้าหู้กันบ่อยไหม

A บ่อยครับ เต้าหู้เป็นอาหารที่คนญี่ปุ่นคุ้นเคยเป็นอย่างมาก ปัจจุบัน
เต้าหู้กลายเป็นส่วนประกอบของอาหารที่ใช้กันทุกหนทุกแห่งทั่วโลก
มีวิธีการนำเต้าหู้มาทำอาหารอยู่หลายอย่าง เต้าหู้มีโปรตีนสูงและไขมันต่ำ
แถมยังราคาถูกอีกด้วย

ที่สหรัฐอเมริกาก็มีการนำเต้าหู้มาทำเป็นอาหาร เช่น ไอศกรีม ฯลฯ
เช่นกันครับ ครั้งหนึ่งผมเคยไปร้านอาหารประเภทเต้าหู้ที่เกียวโต ผมทาน
อาหาร 10 ชนิด โดยที่อาหารทั้งหมดล้วนแล้วแต่ทำจากเต้าหู้ทั้งสิ้น
เนื่องจากเต้าหู้มีรสอ่อน จึงสามารถนำไปทำอาหารได้หลากหลายประเภท
ผมมีเพื่อนชาวอเมริกันที่มาเป็นนักศึกษาแลกเปลี่ยนที่ญี่ปุ่น ได้ยินว่าเธอชอบ
ใส่เต้าหู้ลงไปในซอสสปาเกตตีแล้วทำเป็นลาซานญา เต้าหู้นั้นดีต่อสุขภาพ
และเป็นอาหารที่วิเศษจริง ๆ ครับ

082 Q ใช้สาหร่ายทำอาหารญี่ปุ่นได้อย่างไร

A สาหร่ายมีหลากหลายชนิด หากพูดถึงสาหร่ายที่คุ้นเคยกันมากที่สุด
ก็คงจะเป็นสาหร่ายวากาเมะ สาหร่ายวากาเมะใช้เวลาปรุงน้อยและ

本料理でも、風味を加えるために使われます。味噌汁は、ほとんどあらゆる日本の食事に欠かせない食べ物です。日本の料理人はおもに味噌汁の出来ばえによって、よくその腕前を判断されます。

Q 日本人は豆腐をよく食べますか？

A はい。豆腐は日本人になじみの深い食べ物です。今や豆腐は世界各地で共通の食材になりました。豆腐は様々な料理方法があります。タンパク質が豊富で脂肪分が少なく、しかも安いです。

アメリカでは豆腐からアイスクリームなどの食べ物がつくられていますが、私が以前、京都にある豆腐料理の店に行って10品のコース料理を食べたところ、すべての料理が豆腐でつくられていました。豆腐は味が薄いので、いろいろな料理に応用できます。アメリカから交換留学でやってきた友人が日本にいますが、彼女は豆腐をスパゲティのソースに入れて豆腐のラザニアをつくるのが好きだそうです。豆腐は体にたいへんよく、ありがたい食べ物です。

Q 海藻は日本料理にどのように使われていますか？

A 海藻には様々な種類があります。最もなじみのある海藻というと、まずはワカメです。さっと料理して、おもにスープに使いま

ส่วนมากจะใช้ทำซุป ผู้คนส่วนใหญ่นิยมใส่สาหร่ายวากาเมะลงในซุปมิโสะ

มีสาหร่ายอีกชนิดหนึ่งเรียกว่า คมบุ เราจะไม่รับประทานสาหร่ายคมบุเดี่ยว ๆ ส่วนใหญ่จะใช้เพิ่มรสชาติให้กับอาหาร คมบุเป็นสาหร่ายที่เอามาตากแห้ง และมักใช้ห่อโอนิงิริ

083 Q คนญี่ปุ่นทานซาชิมิทุกวันหรือเปล่า

A ไม่ถึงขนาดทานทุกวันครับ แต่ซาชิมิก็ได้รับความนิยมไม่น้อยเช่นกัน คนส่วนใหญ่ชอบซาชิมิ คุณสามารถหาซื้อซาชิมิได้ง่าย ๆ ตามซูเปอร์มาร์เกตทั่วไป แต่ราคาค่อนข้างแพง นอกจากเหตุผลเรื่องราคาแล้ว ยังมีเหตุผลอื่น ๆ ประกอบอีก ซาชิมิจึงไม่ใช่อาหารประจำวันของญี่ปุ่น

084 Q คนญี่ปุ่นทานอาหารจำพวกเส้นกันมากไหม

A ครับ คนญี่ปุ่นชอบอาหารจำพวกเส้นกันมาก คุณจะพบร้านอาหารจำพวกเส้นเกือบทุกมุมถนน ราเมนซึ่งเป็นอาหารจำพวกเส้นของจีนนั้นได้รับความนิยมมากที่สุด นอกจากนี้ยังมีอาหารจำพวกเส้นประเภทอื่น ๆ อีก ขอให้ลองทานเส้นโซบะที่ทำจากเมล็ดโซบะ หรือเส้นอุด้งที่ทำจากแป้งสาลีดูนะครับ โดยอาหารจำพวกเส้นเหล่านี้ทานได้ทั้งแบบร้อนและแบบเย็นครับ

す。たいていの人はワカメを味噌汁に入れます。

　昆布という海藻もあります。昆布は単独ではあまり食べません。料理に風味を加えるためによく使われます。海苔は海藻を乾燥させたものです。おにぎりを包むのによく使われます。

Q 日本人は生の魚を毎日食べるのですか？

A

毎日というほどではありませんが、刺身はたいへん人気があります。ほとんどの人が刺身を好みます。スーパーマーケットで手軽に購入できますが、高価です。値段以外のほかの事情もあって、毎日の食卓に上る料理ではありません。

Q 日本人は麺類をたくさん食べる人が多いのですか？

A

はい、麺類は日本でたいへん好まれています。どこの街角にも必ずといっていいほど麺類の店があります。中国の麺であるラーメンが最も人気がありますが、ほかにも多くの種類があります。ソバの実からつくった蕎麦や、小麦粉からつくったうどんも試してみてください。麺類には温かい麺と冷やした麺があります。

Q กับข้าวจานหลักในอาหารญี่ปุ่นมีอะไรบ้าง

A คนญี่ปุ่นส่วนใหญ่เอาใจใส่ในเรื่องอาหารการกินมาก จึงมีรายการโทรทัศน์เกี่ยวกับอาหารอยู่มากมาย และนิตยสารเกี่ยวกับอาหารก็ได้รับความนิยมมากเช่นกัน ผมขอแนะนำอาหารญี่ปุ่นจานหลักดังนี้ครับ

เทมปุระ

เทมปุระมีชื่อเสียงมากในฐานะที่เป็นตัวแทนของอาหารญี่ปุ่น ทำโดยนำวัตถุดิบจำพวกผักหรืออาหารทะเลมาชุบแป้งสาลีแล้วนำไปทอดในน้ำมัน

ทงคัทสึ

ทงคัทสึทำจากเนื้อหมูที่หั่นเป็นชิ้นชุบแป้งและเกล็ดขนมปังแล้วนำไปทอดในน้ำมัน โดยเสิร์ฟพร้อมกับกะหล่ำปลีหั่นฝอย และซอสที่มีลักษณะคล้ายกับซอสของสเต๊ก

สุกียากี้

สุกียากี้เป็นอาหารที่มีชื่อเสียง ทำจากเนื้อวัวหั่นเป็นแผ่นบาง ๆ กับผักชนิดต่าง ๆ โดยนำมาปรุงในหม้อที่วางบนโต๊ะอาหาร เราจะใส่วัตถุดิบทุกอย่างลงในหม้อ แล้วปรุงรสด้วยโชยุและน้ำตาล เมื่อเนื้อและผักสุกได้ที่คนส่วนมากจะเอาไปจิ้มในน้ำจิ้มที่ทำจากไข่ดิบผสมโชยุรับประทานกัน

主な料理

Q 日本食でよく登場するおかずにはどんなものがありますか？

A 大多数の日本人は食べ物にたいへん関心を持っています。食べ物に関するテレビ番組は多いし、食べ物の雑誌もとても人気があります。伝統的な日本の料理をいくつか紹介しましょう。

天ぷら

天ぷらは代表的な日本の料理として非常に有名です。野菜や魚介などの材料を、小麦粉を溶いた衣につけてたっぷりの油で揚げます。

とんかつ

とんかつは豚肉の切り身に厚めの衣をつけ、たっぷりの油で揚げます。キャベツの千切りとステーキソースに似たソースが添えられます。

すき焼き

すき焼きは有名な料理で、牛肉の薄切りと野菜でつくります。鍋をテーブルに置いて調理します。材料をすべていっしょに鍋に入れ、しょうゆと砂糖で味付けします。たいていの人は、肉や野菜が煮えると生卵にしょうゆを加えた汁につけて食べます。

ชาบูชาบู

ชาบูชาบูก็เป็นอาหารที่ปรุงกันบนโต๊ะอาหารเช่นกัน ชาบูชาบูทำจากเนื้อวัวหั่นสไลด์บาง ๆ กับผักชนิดต่าง ๆ วิธีการปรุงก็คือ นำวัตถุดิบแต่ละอย่างลวกในน้ำซุปเดือด ๆ อย่างรวดเร็ว เนื่องจากรสชาติของชาบูชาบูจะไม่เข้มข้นเหมือนสุกียากี้ ดังนั้นเมื่อลวกพอสุกแล้วจะจิ้มในน้ำจิ้มโชยุ น้ำจิ้มงา หรือน้ำจิ้มส้มยูซุรับประทานทันที

086 Q คนญี่ปุ่นนิยมดื่มชาเวลาทานอาหารไหม

A คนญี่ปุ่นมักจะดื่มชาอยู่บ่อยครั้งระหว่างทานอาหารญี่ปุ่น ชาของญี่ปุ่นจะมีสีเขียวหรือสีน้ำตาล โดยจะดื่มทั้งอย่างนั้น ไม่ใส่น้ำตาล นม หรือมะนาว ฯลฯ เพิ่มเติม

ชาเผยแพร่จากจีนมายังญี่ปุ่นเมื่อศตวรรษที่ 12 ในฐานะที่เป็นยาชนิดหนึ่ง หากคุณไปทานอาหารตามร้านอาหารญี่ปุ่น ส่วนใหญ่เขาจะเสิร์ฟชาให้คุณฟรี

ในอีกด้านหนึ่ง คนญี่ปุ่นอีกเป็นจำนวนมากก็ดื่มเครื่องดื่มแอลกอฮอล์ระหว่างมื้ออาหารด้วย โดยมักจะดื่มเหล้าสาเก เหล้าโชจู หรือไวน์อยู่บ่อยครั้ง แต่เครื่องดื่มที่ได้รับความนิยมสูงสุดคงหนีไม่พ้นเบียร์ครับ

087 Q คนญี่ปุ่นทานขนมแบบไหน

A ปัจจุบันเค้กและขนมแบบตะวันตกกำลังเป็นที่นิยมในญี่ปุ่น แต่กระนั้นเตาอบขนมก็ไม่ใช่เครื่องครัวที่แพร่หลายในห้องครัวของญี่ปุ่น ขนม

しゃぶしゃぶ

　しゃぶしゃぶもやはりテーブルで調理されます。この料理も
ごく薄くスライスした牛肉と野菜でつくります。調理法は、材
料を1つずつ沸騰したお湯にさっと通すだけで、すき焼きほど
しっかりと味がついていないため、お湯に通したらすぐにしょ
うゆやゴマだれ、あるいは柚子のたれなどに浸して食べます。

Q 日本人は食事のときによくお茶を飲みますか?

A 日本人はしばしば日本食といっしょにお茶を飲みます。日本の
お茶は緑色か茶色です。砂糖やミルク、レモンなどは加えずにそ
のまま飲みます。

　お茶は12世紀に中国から日本へ、薬の一種として伝わりまし
た。和食のレストランに行くと、たいてい無料で出されます。

　いっぽう、日本人の多くは食事とともにアルコールも飲みま
す。日本酒や焼酎、ワインもよく飲みますが、おそらく最も人気
があるのはビールでしょう。

Q 日本人はどんなお菓子を食べますか?

A 現在の日本では洋風なケーキやお菓子が人気ですが、ベイキン
グ・オーブンは一般的な日本のキッチンには定着していません。

แบบญี่ปุ่นทำจากข้าวและถั่วเป็นหลัก โดยจะนำข้าวมาตำแล้วนำไปนวดให้เป็นแผ่นแป้ง จากนั้นนำไปห่อไส้ที่ทำเป็นถั่วกวนครับ ขนมญี่ปุ่นอร่อย ๆ มีหลากหลายชนิด และไม่เพียงแต่มีรสชาติอร่อยเท่านั้น ยังแลดูสวยงามอีกด้วยนะครับ

🎧 ⟨088⟩ Q ภาชนะใส่อาหารของญี่ปุ่นรูปร่างหน้าตาเป็นอย่างไร

A ปกติแล้วหากเป็นอาหารแบบตะวันตกมักจะใช้ภาชนะที่มีสีสันหรือลวดลายแบบเดียวกัน แต่สำหรับอาหารญี่ปุ่นแบบดั้งเดิมแล้ว จะใช้จานชามขนาดเล็กที่มีสีสันและลวดลายหลากหลาย และการนำจานชามมาประกอบเข้าเป็นชุดเดียวกันนั้นก็ไม่ได้มีกฎเกณฑ์ตายตัว

ถ้าเป็นภาชนะที่ทำโดยช่างฝีมือชั้นเลิศ ราคาจะค่อนข้างสูงครับ แม้กระนั้นคุณเองก็สามารถซื้อภาชนะใส่อาหารราคาย่อมเยาได้ตามตลาดขายของลดราคา ลองคัดสรรภาชนะลวดลายต่าง ๆ แทนการใช้จานชามเข้าชุดที่มีลวดลายเหมือนกันดูไหมครับ

🎧 ⟨089⟩ Q อาหารประเภทไหนที่ได้รับความนิยมเวลาไปทานอาหารนอกบ้าน

A จากการสำรวจของศูนย์เพิ่มผลิตภาพแห่งประเทศญี่ปุ่น พบว่าการออกไปทานอาหารนอกบ้านเป็นวิธีใช้เวลาในยามว่างที่ได้รับความนิยมเป็นอันดับ 3 ในญี่ปุ่นมีร้านอาหารนานาประเภท แต่ร้านอาหารที่ได้รับความนิยมมากที่สุดคือร้านอาหารญี่ปุ่นแบบดั้งเดิม ร้านส่วนใหญ่จะเชี่ยวชาญการ

伝統的な日本のお菓子はお米や豆類からつくられるのがふつうです。お米をついて生地をつくります。その生地で、豆をペースト状にしたものを包みます。伝統的な美味しいお菓子にはいろんな種類がありますが、おいしいだけではありません。見た目も美しいのです。

Q 日本の食器はどんな感じですか？

A 西洋の料理は通常、同じ色やデザインで統一された食器に盛り付けされます。しかし伝統的な日本の料理は、様々な色やデザインの小さなお椀やお皿で出されます。その組み合わせ方に規則はありません。

優れた名匠がつくった食器はたいへん高価ですが、手頃な価格の食器が売られている特売市もあります。同じデザインですべてをそろえるよりも、様々なデザインの食器を選んでみてもいいのではないでしょうか。

Q 外食するときはどんな料理が人気ですか？

A (財)日本生産性本部の調査によると、外食は３番目に人気の余暇の過ごし方に挙げられました。日本にはあらゆる種類のレストランがありますが、伝統的な日本料理の店が最も人気があります。ほとんどの店はすき焼き、天ぷら、とんかつなど１種類の料

ทำอาหารเฉพาะอย่าง เช่น สุกียากี้ เทมปุระ ทงคัทสึ เป็นต้น แต่ร้านที่ได้รับความนิยมสูงสุดคงหนีไม่พ้นร้านซูชิหมุนกับร้านราเมนครับ

คนญี่ปุ่นมักไม่ค่อยเชิญแขกหรือเพื่อนร่วมงานมาทานข้าวที่บ้านตัวเอง หากเป็นงานพบปะสังสรรค์หรืองานเลี้ยงฉลองในโอกาสพิเศษ ปกติจะนัดพบกันตามร้านอาหารหรือร้านกาแฟครับ มีร้านอาหารจำนวนมากที่จัดเตรียมเมนูอาหารชุดพิเศษไว้สำหรับลูกค้าที่มาเป็นกลุ่มใหญ่ และมักจะมีบริการเครื่องดื่มแบบดื่มไม่อั้นด้วยละครับ

ตามเมืองใหญ่ ๆ ร้านอาหารที่ขายอาหารต่างชาติกำลังเป็นที่นิยม ในบรรดาร้านอาหารเหล่านี้ ร้านที่เป็นที่ชื่นชอบ ได้แก่ ร้านอาหารอิตาเลียน อาหารจีน และอาหารเกาหลีครับ ส่วนร้านอาหารฟาสต์ฟู้ดอย่างแมคโดนัลล์ก็มีกระจายอยู่ทุกหนทุกแห่ง

ผมยังจำเรื่องตอนที่ไปร้านเหล้า (อิซากายะ) กับกลุ่มเพื่อน ๆ เมื่อนานมาแล้วได้อยู่เลยครับ ทั้งผมและเพื่อนชาวต่างชาติที่ไปด้วยกันไม่มีใครอยากดื่มเหล้า พวกเราก็เลยสั่งแต่อาหารและไม่สั่งเครื่องดื่มกันเลย แต่ว่าทางร้านเรียกเก็บเงิน 5,000 เยนเป็นค่าเครื่องดื่ม ผมโมโหมากจนทะเลาะกับผู้จัดการร้าน ถึงขนาดคิดว่าจะเรียกตำรวจมา แต่เพื่อนของผมกลับบอกว่ายอมจ่ายเงินแล้วกลับกันเถอะ ร้านอาหารในญี่ปุ่นส่วนใหญ่จะจริงใจและเป็นมิตร แต่กระนั้นก็ควรระวังเอาไว้บ้างนะครับ โดยเฉพาะตอนกลางคืนต้องระวังตัวแจเลยทีเดียว

理を専門にしています。しかし一番人気があるのはおそらく回転寿司とラーメン屋でしょう。

　日本では友人や同僚を自宅に招いて食事をごちそうすることはあまりないので、社交や特別なお祝いにはレストランや喫茶店で会うのがふつうです。大人数のグループ用にお得なセットメニューを用意している店が多く、たいていは飲み放題になっています。

　大都市では外国料理を専門とするレストランが流行っています。なかでもイタリア、中国、そして韓国料理の店が人気です。いっぽうマクドナルドのようなファースト・フード店はいたるところにあります。

　もうずいぶん前ですが、夜、数人の友人といっしょに居酒屋へ行ったときのことを覚えています。同行した外国人の友人も私も、お酒を飲みたくありませんでした。そこで私たちは食べ物だけを注文し、飲み物はいっさい頼まなかったのです。ところがその店は飲み物代として5000円を請求してきました。私はたいへん腹が立ち、店長とけんかになりました。警察を呼ぼうとさえ思ったくらいです。しかし友人たちは、おとなしく払って帰ろうと言いました。日本にあるほとんどのレストランは誠実で親切ですが、それでも気をつけたほうがいいでしょう。とりわけ夜は要注意です。

3-3 ท่องเที่ยวในญี่ปุ่น

090 **นั่งรถไฟฟ้า**

Q วิธีเดินทางท่องเที่ยวในญี่ปุ่นที่ดีที่สุดคือวิธีใด

A หากคุณต้องการเดินทางจากเมืองหนึ่งไปยังอีกเมืองหนึ่ง โดยปกติ
แล้วจะนิยมนั่งเครื่องบินไปกันครับ แต่ถ้านั่งชิงกันเซนซึ่งเป็นรถไฟ
ขบวนด่วนพิเศษจะรวดเร็วและสะดวกสบายกว่า แถมยังเดินทางไปยัง
สถานที่ต่าง ๆ ได้มากกว่าเครื่องบินเสียอีก รถไฟชิงกันเซนจะออกจากสถานี
โตเกียวทุก ๆ 15 นาที จึงนับว่าสะดวกมาก แต่ถ้าคุณมีสัมภาระมากมาย
ละก็ อาจจะลำบากเวลาขึ้นลงบันไดของสถานีรถไฟสักหน่อยครับ

091 **Q** รถไฟตามเมืองใหญ่ ๆ อย่างโตเกียวคนแน่นมากไหม

A รถไฟจะแน่นมากตอนช่วงเช้ากับช่วงเย็นครับ หากไม่มีธุระจำเป็น
ควรหลีกเลี่ยงการขึ้นรถไฟในช่วงเช้าระหว่าง 7 โมงถึง 9 โมง และ
ช่วงเย็นระหว่าง 6 โมงถึง 2 ทุ่มครับ เนื่องจากรถไฟในช่วงเวลาดังกล่าวจะ
แน่นขนัดไปด้วยผู้คน ถึงขนาดขึ้นลงรถไฟกันแทบไม่ได้เลยทีเดียว

3-3 日本を旅してみる

電車に乗る

Q 日本各地を旅行するのに最適な方法は何ですか？

A ある市から別の市に行きたいのなら飛行機が一般的ですが、超特急列車の新幹線のほうが速くて簡単で、飛行機より多くの場所に行けます。新幹線は東京駅からほぼ15分ごとに発車するのでたいへん便利です。ただし荷物が多いと、駅に着くたびに階段の上り下りで苦労するかもしれません。

Q 東京などの大都市の電車は非常に混んでいるのですか？

A 朝晩の電車は大混雑です。必要でなければ朝の７時から９時までと、夜６時から８時までのあいだは乗らないほうがいいでしょう。この時間帯の電車は超満員なので、乗り降りするのにひと苦労します。

แต่ในโตเกียว คุณไม่จำเป็นต้องวิ่งเพื่อไปขึ้นรถไฟ เพราะรถไฟจะมาต่อเนื่องกันโดยเว้นช่วงเพียงไม่กี่นาที คุณจึงสามารถขึ้นขบวนถัดไปได้ทันที รถไฟสายยามาโนเตะจะออกวิ่งทุก ๆ 3 นาที แต่ถึงจะเป็นเช่นนั้นในชั่วโมงเร่งด่วน ไม่ว่ารถไฟขบวนใดก็แน่นขนัดไปหมด

ครั้งหนึ่งผมเคยมีวันอันแสนยุ่งและมีนัดหมายแน่นเอี้ยดตลอดวัน ผมจะต้องเดินทางจากสถานที่นัดหมายแห่งหนึ่งไปยังอีกแห่งหนึ่ง และถ้าผมวิ่งก็จะทันขึ้นรถไฟขบวนที่จะไปทันเวลานัดหมาย พอผมเล่าเรื่องนี้ให้เพื่อนฟัง เขาก็อาสาขับรถไปส่งให้ เขาบอกว่าถ้าขับรถไปจะไปถึงที่นั่นโดยใช้เวลาเพียงครึ่งหนึ่งของการนั่งรถไฟ เนื่องจากเป็นนัดหมายที่สำคัญมาก ผมจึงรู้สึกซาบซึ้งในน้ำใจของเขา แต่ท้ายที่สุดแล้ว การเดินทางโดยรถยนต์ใช้เวลามากกว่าเป็น 2 เท่า และผมพลาดนัดหมายครั้งสำคัญนั้น ผมเลยรู้สึกโมโหเพื่อนนิดหน่อย รถไฟของญี่ปุ่นอาจมีช่วงเวลาที่แน่นขนัดบ้าง แต่อย่างน้อยก็วิ่งตรงเวลาครับ

092 Q รถไฟชิงกันเซนวิ่งเร็วแค่ไหน

A รถไฟชิงกันเซนวิ่งได้เร็วถึง 350 กิโลเมตรต่อชั่วโมง แต่ในความเป็นจริงจะวิ่งช้ากว่านี้ครับ หากเดินทางจากโตเกียวไปโอซาก้าซึ่งมีระยะทาง 553 กิโลเมตร จะใช้เวลาประมาณ 2 ชั่วโมงกว่า ๆ แต่ถ้าเดินทางด้วยรถไฟขบวนธรรมดาในระยะทางที่เท่ากัน จะใช้เวลา 9 ถึง 10 ชั่วโมง และถึงแม้ว่าเครื่องบินจะไปได้เร็วกว่า แต่ก็ต้องเสียเวลาดำเนินการต่าง ๆ ก่อนจะขึ้นเครื่องและหลังลงจากเครื่องที่สนามบินครับ

しかし東京では、電車に乗るために走る必要はありません。電車は数分おきに来るのですぐ次の電車に乗れます。山手線は3分ごとに動いています。そうはいってもラッシュアワーにはどの電車も混んでいます。

　以前、予定がいっぱいでたいへん忙しい日がありました。1つめの約束から次の約束の場所へ行かなければならなかったのですが、走ればその約束にまにあう電車にかろうじて乗れそうでした。このことを友人に話すと、彼は車で送ってくれると言いました。彼が言うには、車なら電車の半分の時間で着くとのことでした。とても大切な約束だったので、彼の親切に感謝しました。しかし結局、車では2倍の時間がかかり、重要な約束にまにあわなかったのです。私は友人にちょっと怒ってしまいました。日本の電車は非常に混む場合がありますが、少なくとも時刻表どおりに動いています。

Q 新幹線の速さはどのくらいですか？

A 新幹線は時速350キロものスピードが出せますが、通常はもっとゆっくりです。東京から553キロの距離にある大阪までは2時間を少し超えます。同じ距離を普通列車で行ったら9時間から10時間かかります。飛行機はもっと速いのですが、空港での搭乗手続きと降りたあとの手続きに時間がかかります。

รถไฟชิงกันเซนออกวิ่งเป็นครั้งแรกเมื่อปี ค.ศ. 1964 ในขณะนั้นถือว่าเป็นรถไฟที่วิ่งเร็วที่สุดในโลก และรถไฟพลังแม่เหล็กความเร็วสูงที่ได้รับการบันทึกว่ามีความเร็วสูงสุดในโลกคือ รถไฟเซี่ยงไฮ้แม็กเลฟ ซึ่งวิ่งได้เร็วถึง 431 กิโลเมตรต่อชั่วโมง

093 Q รถไฟชิงกันเซนมีลักษณะพิเศษอื่น ๆ อะไรอีกบ้าง

A ตู้โดยสารที่นั่งชั้นกรีนคาร์ (Green Car) ของรถไฟชิงกันเซนให้บรรยากาศเหมือนกับที่นั่งชั้นเฟิร์สคลาสบนเครื่องบินเลยละครับ ที่นั่งมีขนาดกว้างขวางและหรูหรา แถมยังบริการเสิร์ฟเครื่องดื่มและหนังสือพิมพ์ฟรีถึงที่นั่งด้วย*

ส่วนตู้โดยสารที่นั่งชั้นธรรมดา ที่นั่งสูบบุหรี่จะตลบอบอวลไปด้วยควันบุหรี่ ผู้ที่ไม่สูบบุหรี่จึงควรจองที่นั่งห้ามสูบบุหรี่จะดีกว่า และสิ่งที่ชาวต่างชาติมักประหลาดใจก็คือ การที่สามารถหมุนเก้าอี้ไปโดยรอบได้ ดังนั้นคุณจึงสามารถสร้างที่นั่งที่เป็นส่วนตัวได้โดยหมุนเก้าอี้หันหน้าเข้าหากัน หรือจะหมุนเก้าอี้หันหลังกลับก็ได้ หากไม่ต้องการให้คนที่นั่งด้านหลังมองเห็นคุณ เก้าอี้แบบนี้จึงมีประโยชน์มากเวลาที่ไปเที่ยวกันเป็นกลุ่ม

* บางขบวนอาจต้องเสียค่าใช้จ่าย

1964年に新幹線が初めて走った当時は、世界一速い列車でした。磁気浮上式の鉄道レールでの最速記録は上海マグレブトレインで、時速431キロを記録しています。

Q 新幹線にはほかにどんな特徴がありますか？

A 新幹線のグリーン車はまるで飛行機のファーストクラスのような雰囲気です。座席は広くて豪華ですし、無料の飲み物や新聞を席まで運んでもらえます。*

　普通車両の場合、喫煙車は煙で充満しているのでタバコを吸わない人は禁煙車両を予約したほうがいいでしょう。外国人がいつも驚くのは、座席の向きを回転させられるという点です。ですから向かい合って個室のようにすることができますし、逆に背中合わせにして顔を見せないようにすることも可能です。友人同士で旅行する場合はとくに便利です。

＊路線によっては有料の場合もあります。

094

Q อาหารในรถไฟเป็นอย่างไรบ้าง

A เมื่อเดินทางท่องเที่ยวโดยรถไฟ คนญี่ปุ่นจะชอบทานเอกิเบนกันครับ เอกิเบนเป็นข้าวกล่องแบบพิเศษ มีราคาย่อมเยา และส่วนใหญ่จะมีรสชาติอร่อยมากเสียด้วย คุณสามารถหาซื้อเอกิเบนได้ตามชานชาลาในสถานีรถไฟ แต่ควรจะทานเอกิเบนในขบวนรถไฟที่วิ่งระยะทางไกล ๆ จะดีกว่าครับ ถ้าเป็นรถไฟธรรมดาหรือรถไฟใต้ดิน อย่าว่าแต่ข้าวกล่องเลยครับ คนส่วนใหญ่แทบจะไม่ทานอะไรเลย

095

การท่องเที่ยว

Q คนญี่ปุ่นไปต่างประเทศกันบ่อยไหม

A เนื่องจากคนญี่ปุ่นทำงานกันอย่างเอาจริงเอาจัง พวกเขาจึงใช้วันหยุดพักผ่อนในช่วงเวลาเดียวกัน ได้แก่ ช่วงปลายปีจนถึงต้นปีใหม่ ช่วงโกลเด้นวีคตั้งแต่ปลายเดือนเมษายนจนถึงต้นเดือนพฤษภาคม และช่วงเทศกาลโอบ้ง (เทศกาลไหว้บรรพบุรุษ) ตอนเดือนสิงหาคม ซึ่งค่าใช้จ่ายสำหรับการท่องเที่ยวในช่วงนี้จะแพงที่สุด จากผลสำรวจของศูนย์เพิ่มผลิตภาพแห่งประเทศญี่ปุ่นในปี ค.ศ. 2011 พบว่าในบรรดากิจกรรมยามว่างของคนญี่ปุ่นทั้งหมด คนญี่ปุ่นหมดเงินไปกับการเดินทางไปต่างประเทศเป็นจำนวนมาก โดยครึ่งหนึ่งของจำนวนคนที่เดินทางไปต่างประเทศจะเป็นการเดินทาง

Q 電車内での食事はどうですか？

A 日本人は電車の旅で駅弁を食べるのが好きです。これは箱に入った特別なお弁当です。そんなに高価でなく、たいていどんなお弁当も非常においしいのです。駅弁は駅のホームで買えます。しかし駅弁を食べるのは長距離列車の中だけにしたほうがいいでしょう。普通列車や地下鉄では、お弁当どころかほとんど何も食べている人はいません。

旅行

Q 日本人はよく海外へ行きますか？

A 日本人はたいへん熱心に働くため、たいていの人が年末年始や4月末から5月初めのゴールデン・ウィーク、そして8月のお盆の時期に、みんな同時に休暇を取ります。この時期の旅行料金が最も高くなります。(財)日本生産性本部が2011年に行った調査によると、あらゆる余暇活動の中で日本人が最も多くのお金を使ったのは海外旅行だったそうです。海外へ行く人の大半は観光目的で出かけており、仕事での渡航は10パーセントでした。人気の旅行先はハワイ、香港、韓国、グアム、オーストラリア、

เพื่อไปท่องเที่ยว ส่วนอีก 10% จะเป็นการเดินทางไปทำงาน สถานที่ท่องเที่ยวที่ได้รับความนิยม ได้แก่ ฮาวาย ฮ่องกง เกาหลีใต้ เกาะกวม ออสเตรเลีย และยุโรปครับ

ระยะหลัง ๆ มานี้บรรดาบริษัทนำเที่ยวเริ่มสังเกตเห็นว่าบรรดาแม่ ๆ หรือปู่ย่าตายายชาวญี่ปุ่นมักจะเดินทางไปท่องเที่ยวต่างประเทศกับลูกสาวหรือหลานสาวกันมากขึ้น ดังนั้น บริษัทนำเที่ยวจึงเสนอโปรแกรมท่องเที่ยวที่พาไปชมศิลปวัฒนธรรมควบคู่ไปกับการช็อปปิ้งเพื่อเจาะตลาดนักท่องเที่ยวกลุ่มนี้ด้วย

096 Q คนญี่ปุ่นเที่ยวในประเทศกันบ่อยไหม

A การท่องเที่ยวในประเทศเป็นกิจกรรมยามว่างที่ได้รับความนิยมมากที่สุดในญี่ปุ่น รองลงมาได้แก่ การขับรถกินลม และการไปทานอาหารนอกบ้าน คนส่วนใหญ่จะใช้วันหยุดสั้น ๆ ช่วงสุดสัปดาห์ไปลานสกีหรือออนเซน (บ่อน้ำพุร้อน) และยังมีคนอีกจำนวนมากที่เพลิดเพลินกับกิจกรรมจำพวกกีฬา เช่น ตีกอล์ฟ เดินเขา เล่นสกี หรือดำน้ำ เป็นต้น นอกจากนี้ทัวร์รถบัส รวมถึงการไปเยี่ยมชมโตเกียวสกายทรี หอคอยที่สูงเป็นอันดับ 2 ของโลกก็ได้รับความนิยมเช่นกันครับ

そしてヨーロッパです。

　旅行会社は最近、日本の母親や祖父母は娘や孫娘といっしょに海外旅行をするケースが多いということに気づきました。そこで旅行会社はこうしたグループをターゲットに、芸術や文化鑑賞と買い物をセットにした旅行企画を宣伝するようになってきました。

Q 日本人はよく国内旅行をしますか？

A 国内旅行は日本で最も人気の余暇活動で、ドライブと外食がこれにつづきます。多くの人は週末などの短い休みを取り、スキー場や温泉によく行きます。ゴルフやハイキング、スキー、ダイビングなどのスポーツを楽しむ人も大勢います。バス旅行も人気があり、世界で2番目の高層建築である東京スカイツリーの見学も人気を呼んでいます。

สถานที่ท่องเที่ยวที่มีชื่อเสียง

Q สถานที่ท่องเที่ยวที่มีชื่อเสียงมากที่สุดคือที่ไหน

A ในญี่ปุ่นมีสถานที่ท่องเที่ยวที่น่าสนใจและน่าไปเยี่ยมชมอยู่หลายแห่ง สถานที่ที่จัดว่าสวยงามมากที่สุดคือ ไตรทรรศน์แห่งญี่ปุ่น ประกอบด้วยสถานที่ 3 แห่ง ได้แก่ แนวสันทรายที่ปกคลุมด้วยต้นสนอามาโนะฮาชิดาเตะ (จังหวัดเกียวโต) เกาะมิยาจิมะ (จังหวัดฮิโรชิมา) และอ่าวมัทสึชิมะ (จังหวัดมิยางิ) ส่วนสถานที่ที่คนญี่ปุ่นนิยมไปเที่ยวกัน ได้แก่ ภูเขาไฟฟูจิ เกียวโต คิวชู และโอกินาวาครับ

สถานที่ท่องเที่ยวที่ได้รับความนิยมและสามารถเดินทางจากโตเกียวแบบเช้าไปเย็นกลับได้นั้น ได้แก่ พระใหญ่แห่งคามาคุระ รวมถึงวัดตลอดจนศาลเจ้าที่เมืองคามาคุระ ทะเลสาบอาชิและอนเซนยุโมโตะที่เมืองฮาโกเนะ ศาลเจ้าโทโชกับลิง 3 ตัวและน้ำตกเคงนที่เมืองนิกโก้ สำหรับคนหนุ่มสาวหรือคนที่ยังมีหัวใจเป็นเด็กอาจจะอยากไปโตเกียวดิสนีย์แลนด์กันครับ และในช่วงฤดูร้อน ผู้คนจำนวนมากมักจะไปปีนภูเขาไฟฟูจิกัน

098

Q การปีนภูเขาไฟฟูจิเป็นอย่างไรบ้าง

A ภูเขาไฟฟูจิเป็นภูเขาที่สูงที่สุดในญี่ปุ่น โดยมีความสูง 3,776 เมตรครับ ช่วงเวลาที่เหมาะสมแก่การปีนภูเขาไฟฟูจิอยู่ระหว่างวันที่ 1 กรกฎาคมถึงวันที่ 31 สิงหาคม นอกเหนือไปจากช่วงเวลานี้แล้วยอดภูเขา

名所・観光地

天橋立（京都府）

鎌倉大仏（神奈川県）

箱根芦ノ湖と富士山（神奈川県）

Q 一番の名所はどこですか？

A 日本には訪ねてみたくなる興味深い場所がたくさんあります。最も美しいのは日本三景の天橋立（京都府）、宮島（広島県）、そして松島（宮城県）の3ヵ所だとされていますが、日本人が最も好む旅先は富士山、京都、九州、そして沖縄です。

東京から日帰りで行ける人気の旅行先は、鎌倉の大仏や神社仏閣、箱根の芦ノ湖と湯本温泉、日光の東照宮と三猿、華厳の滝などです。若い人や、心が若い人なら東京ディズニーランドに行きたくなるかもしれません。また、夏の時期は多くの人が富士登山を楽しみます。

Q 富士山への登山はどんな感じですか？

A 富士山は日本で最も高い山です。高さは3776メートルです。富士登山に最適な時期は7月1日から8月31日のあいだです。ほかの時期は山頂がすっかり雪に覆われています。

จะปกคลุมไปด้วยหิมะครับ

มีเส้นทางเดินเขา 3 เส้นทางที่มุ่งไปสู่ยอดภูเขาไฟฟูจิ ได้แก่ เส้นทางฟูจิโนะมิยะ เส้นทางโกเทมบะ และเส้นทางซุบาชิริ เส้นทางฟูจิโนะมิยะซึ่งอยู่ทางทิศใต้เป็นเส้นทางปีนเขาที่ง่ายที่สุด จากเส้นทางนี้คุณยังสามารถมองเห็นอ่าวซุรุงะกับคาบสมุทรอิซุได้อีกด้วย คุณสามารถขับรถขึ้นไปได้จนถึงสถานีที่ 5 ที่ระดับความสูง 2,400 เมตร ที่สถานีที่ 5 จะมีจุดพักรถและศูนย์ติดต่อสอบถามอยู่ด้วย ส่วนที่สถานีที่ 8 จะมีคลินิกรองรับในกรณีที่คุณได้รับบาดเจ็บหรือรู้สึกไม่ค่อยสบาย โดยคนส่วนใหญ่จะใช้เวลาประมาณ 5 ถึง 7 ชั่วโมงในการปีนเขาจากสถานีที่ 5 ไปจนถึงยอดเขา แต่ขาลงจากเขานั้นใช้เวลาเพียงแค่ 2 ถึง 3 ชั่วโมงเท่านั้นครับ

099 Q มรดกโลกในญี่ปุ่นเป็นอย่างไรบ้าง

A มรดกโลกได้รับความนิยมเป็นอย่างมากในฐานะที่เป็นจุดหมายของการท่องเที่ยวในญี่ปุ่น สถานที่ที่มีชื่อเสียง ได้แก่ เกียวโต นาระ นิกโก้ และสวนสันติภาพที่ฮิโรชิมา

สถานที่ศักดิ์สิทธิ์และเส้นทางแสวงบุญแถบเทือกเขาคิอิได้รับการขึ้นทะเบียนเป็นมรดกโลกในปี ค.ศ. 2004 และกลายเป็นสถานที่ท่องเที่ยวยอดนิยมในหมู่นักท่องเที่ยวชาวญี่ปุ่นยิ่งขึ้นกว่าเดิม เช่นเดียวกันกับภูเขาไฟฟูจิซึ่งได้รับการขึ้นทะเบียนเป็นมรดกโลกในปี ค.ศ. 2013 ก็กลายเป็นสถานที่ดึงดูดนักท่องเที่ยวมากขึ้นไปอีกจากที่แต่เดิมก็มีชื่อเสียงอยู่แล้ว

富士山頂を目指すには３つの山道があります。富士宮ルート、御殿場ルート、そして須走ルートです。南側の富士宮ルートが最も登りやすいルートです。このルートだと登山中に駿河湾と伊豆半島を見渡せます。標高2400メートルの五合目辺りまでは車で行くことができます。五合目には休憩施設と案内所があります。八合目には診療所があり、けがや体調不良のときはここで休むことができます。たいていの人は五合目から山頂まで５時間から７時間かけて登ります。しかし下山はほんの２、３時間で終わります。

Q 日本にある世界遺産はどうですか？

A 世界遺産は、日本では旅の目的地としてたいへん人気があります。最も有名なところは京都、奈良、日光、そして広島の平和記念公園です。

紀伊山地の霊場と参詣道は2004年に世界遺産に登録され、日本人観光客のあいだでさらに人気の旅行先となりました。同様に富士山も2013年に世界遺産に登録され、もともと有名だったこの山にはさらに多くの観光客が集まるようになりました。

100 Q โรงแรมสไตล์ญี่ปุ่นมีลักษณะอย่างไร

A โรงแรมสไตล์ญี่ปุ่นที่เรียกว่า เรียวกัง นั้นพบเห็นได้ทุกหนทุกแห่ง ไม่ว่าจะเป็นในเมืองใหญ่หรือตามชนบท มีทั้งเรียวกังใหม่เอี่ยม และเรียวกังที่มีอายุเก่าแก่กว่า 100 ปี ในเรียวกังเราจะนอนบนเสื่อทาทามิ และเพลิดเพลินไปกับอาหารญี่ปุ่น รวมถึงดอกไม้ และดนตรี เรียวกังบางแห่งสวยงามมาก และรายล้อมด้วยสภาพแวดล้อมที่เป็นเลิศ

เมื่อคุณมาถึงเรียวกังจะต้องถอดรองเท้าตรงทางเข้า จากนั้นพนักงานต้อนรับจะนำคุณไปยังห้องพัก คุณจะได้พักผ่อนสบาย ๆ พร้อมกับจิบชาเขียวไปด้วย อาหารเย็นก็จะนำมาเสิร์ฟถึงห้องพักครับ มีทั้งเรียวกังที่เสิร์ฟอาหารธรรมดาทั่ว ๆ ไป และเรียวกังที่เสิร์ฟอาหารราคาแพงพิเศษนานาชนิดตั้งเรียงรายกัน โดยปกติจะมีการกำหนดรายการอาหารเอาไว้แล้ว จึงไม่จำเป็นต้องสั่งอีกครับ

ส่วนโรงแรมแบบสมัยใหม่เองก็พบเห็นได้แทบจะทั่วญี่ปุ่นครับ โรงแรมลักษณะเช่นนี้จะคล้ายคลึงกับในยุโรปหรือสหรัฐอเมริกา

Q 日本式のホテルはどんな感じですか?

A 旅館と呼ばれる日本式の宿泊施設は都市でも田舎でも、どこにでもあります。真新しい旅館もあれば、100年以上経っている古い宿もあります。旅館では畳のうえに寝て、日本の料理や花や音楽を楽しめます。旅館自体がたいへん美しく、しかもすばらしい周辺環境に囲まれているところもあります。

旅館に着いたら入口で靴を脱ぎます。接客係の人が部屋に案内してくれ、緑茶を飲みながらリラックスできるようにしてくれます。夕食はおそらく部屋で出されるでしょう。ごく簡単な食事が出される旅館もあれば、様々な料理が並んだ、とびきり高価な食事が出てくる旅館もあります。通常はメニューが決まっているので、わざわざ注文する必要はありません。

現代風なホテルも、ほぼ日本中どこにでもあります。こうしたホテルはヨーロッパやアメリカとだいたい同じです。

อนเซนและเซนโต

Q อนเซนคืออะไร

A อนเซนคือบ่อน้ำพุร้อนธรรมชาติที่มีส่วนผสมของแร่ธาตุต่างๆ อุณหภูมิของน้ำโดยปกติจะสูงกว่า 25 องศาเซลเซียส (หรือ 77 องศาฟาเรนไฮต์) เนื่องจากมีภูเขาไฟมากมายในญี่ปุ่น จึงมีอนเซนอยู่แทบจะทุกหนทุกแห่ง อนเซนส่วนใหญ่จะมีส่วนผสมของแร่ธาตุพิเศษที่ออกมาจากโขดหิน เชื่อกันว่าแร่ธาตุเหล่านี้ไม่เพียงช่วยทำให้สุขภาพร่างกายแข็งแรงขึ้นเท่านั้น ยังสามารถรักษาโรคภัยไข้เจ็บได้อีกด้วย คนญี่ปุ่นนิยมไปอนเซนกันครับ โดยเฉพาะอนเซนกลางแจ้งที่รายล้อมไปด้วยทัศนียภาพอันงดงาม

102

Q ที่อาบน้ำสาธารณะมีลักษณะอย่างไร

A สถานที่ที่คนส่วนใหญ่ไปใช้บริการอาบน้ำกันมาเป็นระยะเวลายาวนานก็คือโรงอาบน้ำสาธารณะที่เรียกว่า เซนโต ครับ มีเซนโตอยู่ทั่วทุกหนทุกแห่งในญี่ปุ่น แม้ในระยะหลังมานี้จะมีจำนวนลดลง แต่กระนั้นก็ยังมีเซนโตถึง 5,500 แห่งในญี่ปุ่น โดย 1,000 แห่งจะอยู่ในโตเกียว ปัจจุบันแม้ตามบ้านเรือนส่วนใหญ่ในญี่ปุ่นจะมีห้องอาบน้ำกันแล้ว แต่เนื่องจากเมื่ออาบน้ำเซนโตแล้วจะรู้สึกสดชื่น ผู้คนจึงยังไปเซนโตกันบ้างเป็นครั้งคราว

温泉と銭湯

Q 温泉とは何ですか？

A 温泉とは、鉱物を含んだ温水が出てくる天然の浴場です。水温は
通常、25度以上（華氏77度以上）です。日本には多くの火山が
あるため、温泉はほとんどあらゆるところにあります。温泉の多
くは、岩石から出てきた特殊な鉱物を含んでいます。これが健康
の増進だけでなく、病気の治癒にまで役立つと考えられていま
す。日本人はよく温泉に行き、とりわけ美しい景色に囲まれた屋
外の露天風呂を楽しんでいます。

Q 公衆浴場はどんな感じですか？

A 長いあいだ、たいていの人が入れるお風呂といえば、銭湯と呼ば
れる公衆浴場だけでした。銭湯は日本中どこにでもありました。
最近では減ってきましたが、今でも日本には5500の銭湯があ
り、そのうちの1000軒が東京にあります。現代では日本のほと
んどの家に浴室がありますが、それでも銭湯は気持ちがいいの
で、ときどき行くことがあります。

103 役立つタイ語表現　ข้อมูลที่เป็นประโยชน์

□ 日本食には様々なバラエティがあります。

อาหารญี่ปุ่นมีความแตกต่างหลากหลาย

□ 日本の食べ物は和食といい、西洋の食べ物は洋食といいます。

เรียกอาหารญี่ปุ่นว่า วาโชกุ และเรียกอาหารแบบตะวันตกว่า โยโชกุ

□ 日本の寿司屋で、美味しく新鮮な刺身を味わうことができます。

คุณสามารถลิ้มรสซาชิมิที่ทั้งสดใหม่และอร่อยได้ตามร้านซูชิของญี่ปุ่น

□ 刺身は日本語でいう「つま」という細く刻んだ大根と一緒に出されます。

ซาชิมิมักจะเสิร์ฟมาพร้อมกับหัวไชเท้าซอยเป็นฝอยที่เรียกว่า ทสึมะ

□ 焼き鳥とは鶏肉を串焼きにしたものです。

ยากิโทริ หมายถึง เนื้อไก่เสียบไม้ย่าง

□ おでんは冬に食べる人気の鍋物です。ゆで卵、大根、さつま揚げ、こんにゃくといった材料が醤油のだし汁で煮込まれています。

โอเด้งเป็นอาหารจำพวกหม้อไฟที่นิยมทานกันในฤดูหนาว ทำโดยนำวัตถุดิบ เช่น ไข่ต้ม หัวไชเท้า ซัทสึมะอาเงะ (ทอดมันปลาแบบญี่ปุ่น) และหัวบุก เป็นต้น มาต้มในน้ำซุปโชยุ

□ 多くの古寺、旅館、伝統的な家屋には日本庭園があります。

ตามวัดเก่าแก่ เรียวกัง (โรงแรมสไตล์ญี่ปุ่น) หรือบ้านแบบโบราณจะมีสวนแบบญี่ปุ่นเสมอ

□ 多くの日本庭園には泉水という池があります。

ภายในสวนแบบญี่ปุ่นจำนวนมากจะมีสระน้ำที่เรียกว่า เซนซุย

□ 苔と木で覆われた岩や池を配置することは、日本庭園の重要な要素です。

การจัดวางมอสและต้นไม้บริเวณก้อนหินหรือสระน้ำถือเป็นคุณลักษณะอันสำคัญของสวนแบบญี่ปุ่น

□ 枯山水とは、池のない伝統的な日本庭園のことです。

คาเระซันซุย คือ สวนแบบญี่ปุ่นที่ไม่มีสระน้ำ

□ 石庭は多くの禅寺にあるので、欧米人からよく禅ガーデンと呼ばれます。

เรามักพบสวนหินตามวัดนิกายเซน ชาวตะวันตกจึงเรียกสวนชนิดนี้ว่า สวนเซน

3-4 ประเพณีต่าง ๆ ของญี่ปุ่น

104 เทศกาลของญี่ปุ่น

Q เทศกาลที่มีชื่อเสียงมากที่สุดของญี่ปุ่นคือเทศกาลใด

A ในญี่ปุ่นมีการจัดงานเทศกาลขึ้นที่ใดที่หนึ่งแทบจะทุกเดือน โดยเทศกาลที่มีชื่อเสียงมากที่สุดในโตเกียว ได้แก่ เทศกาลซันโน เทศกาลซันจะ และเทศกาลคันดะครับ

เทศกาลเหล่านี้ถือกำเนิดขึ้นในสมัยเอโดะ และมักจะมีผู้คนเข้าร่วมงานอย่างคับคั่ง เพื่อเดินตามขบวนแห่ศาลเจ้าจำลอง (มิโกชิ) นอกจากนี้ ยังมีเทศกาลที่มีชื่อเสียงอื่น ๆ อีก เช่น เทศกาลหิมะของซัปโปโรที่ประดับประดาไปด้วยรูปปั้นหิมะขนาดมหึมา เทศกาลกิองของเกียวโตที่จัดขึ้นในเดือนกรกฎาคม ซึ่งในเทศกาลนี้เราจะได้เห็นขบวนแห่เกี้ยวสูงตระหง่านที่ตกแต่งอย่างวิจิตรงดงามเรียกว่า ยามาโบโกะ ด้วย เทศกาลทานาบาตะของเซนไดก็มีชื่อเสียงเช่นเดียวกันครับ

เทศกาลชมดอกซากุระเป็นเทศกาลประจำชาติของญี่ปุ่น ผู้คนจะนั่งล้อมวงใต้ต้นซากุระ ร้องรำทำเพลง และรับประทานอาหารร่วมกัน ส่วนเทศกาลดอกไม้ไฟในฤดูร้อนก็ได้รับความนิยมเช่นกันครับ

3-4 日本の伝統

日本の祭り

Q 日本で最も有名な祭りは何ですか？

A 日本では毎月のようにどこかで祭りが行われています。東京で最も有名な祭りは山王祭り、三社祭、そして神田祭りです。

　こうした祭りは江戸時代に始まり、いわば移動式の神社である神輿の行列についていく人々でいつも混み合っています。ほかにも有名な祭りがあり、札幌の雪まつりは巨大な雪の彫刻が飾られ、7月に行われる京都の祇園祭は、山鉾と呼ばれる背の高い美しい山車が登場します。仙台の七夕祭りも有名です。

　お花見は国民的な行事で、桜の木の下にすわって食べたり飲んだり歌ったりします。夏の花火も人気があります。

105 Q ช่วงวันหยุดนักขัตฤกษ์ที่ยาวที่สุดของญี่ปุ่นคือช่วงไหน

A หากกล่าวถึงช่วงวันหยุดยาวของประเทศทางแถบตะวันตกแล้ว คงหนีไม่พ้นวันหยุดช่วงเทศกาลคริสต์มาส แต่ที่ญี่ปุ่นจะเป็นวันหยุดช่วงเทศกาลปีใหม่ครับ จะมีการเตรียมการหลายอย่างสำหรับวันที่ 1 มกราคม โดยคนญี่ปุ่นจะทำความสะอาดบ้านและที่ทำงานครั้งใหญ่กันในช่วงนี้ นอกจากนี้ จะวางของตกแต่งที่เรียกว่า คาโดมัทสึ ที่ประดับประดาด้วยกิ่งสนไว้หน้าบ้าน และจัดเตรียมอาหารพิเศษที่เรียกว่า โอเซจิเรียวริ ซึ่งประกอบด้วยอาหารนานาชนิดที่ปรุงขึ้นเพื่อให้สามารถเก็บถนอมไว้รับประทานกันในช่วงวันหยุดยาวได้

ตามธรรมเนียมแล้ว ในช่วงเวลานี้คนญี่ปุ่นจะไปเยี่ยมเยียนเพื่อนฝูงหรือคนรู้จักในเรื่องงาน แต่ในปัจจุบันคนส่วนใหญ่จะทำเพียงแค่ส่งบัตรอวยพรปีใหม่ที่เรียกว่า เนงงาโจ หรือส่งบัตรอวยพรปีใหม่กันทางอีเมล

106 Q ผู้คนไปเที่ยวที่ไหนกันในช่วงวันหยุดปีใหม่

A ผู้คนส่วนใหญ่มักอาศัยอยู่ตามเมืองใหญ่ ดังนั้นในช่วงวันหยุดปลายปีจนถึงต้นปีใหม่ ผู้คนจึงพากันกลับบ้านพ่อแม่ในต่างจังหวัด ถ้าคุณทำงานในบริษัทญี่ปุ่นละก็ อาจจะขอวันลาหยุดลำบากหน่อย แต่เฉพาะปีใหม่เป็นช่วงเวลาพิเศษที่ใคร ๆ ก็ขอลาหยุดได้

Q 日本で最大の祝日は何ですか？

A ほとんどの西洋の国では最大の祝日といえばクリスマスですが、日本ではお正月が最大の祝日です。1月1日に向けて準備をしておくことがたくさんあります。この時期には家や職場の掃除をします。家の外には松の枝で飾った門松と呼ばれる飾り物を置き、おせち料理と呼ばれる特別な料理をつくります。これは様々な料理を、保存がきくように調理して祝日の数日間にわたって食べるものです。

伝統的にはこの時期に友人や仕事上の知人を訪問することになっていますが、最近ではほとんどの人が年賀状と呼ばれるあいさつ状を郵送したり、電子メールの年賀状だけで済ましたりしています。

Q 人々はお正月の休みにどこへ行くのですか？

A 多くの人は大都市に住んでいます。そのため年末年始の休み中には田舎にある両親の家へ帰省します。日本の会社で働いていると休みを取りにくい場合があります。しかしお正月だけは特別で、誰もが休暇を取れます。

คนญี่ปุ่นส่วนใหญ่เริ่มต้นปีใหม่ด้วยการไปวัดหรือศาลเจ้าใกล้ ๆ บ้าน และจะขอพรให้สุขภาพแข็งแรงและมีความสุขในปีใหม่ที่จะมาถึง เราเรียกธรรมเนียมนี้ว่า ฮัทสึโมเดะ (การไปวัดหรือศาลเจ้าครั้งแรกของปี) โดยศาลเจ้าที่ผู้คนนิยมไปเป็นครั้งแรกของปี ได้แก่ ศาลเจ้าเมจิในโตเกียว และศาลเจ้าทสึรุงาโอกะฮาชิมังงูในคามาคุระครับ ในช่วง 3 วันแรกของปีใหม่แต่ละวันจะมีผู้คนมากกว่า 1 ล้านคนไปอธิษฐานขอพรที่ศาลเจ้า 2 แห่งนี้ เมื่อไปถึงคุณจะพบการรอคอยอันยาวนานและการต่อแถวอันยาวเหยียด และอาจจะได้สักการะที่หน้าศาลไฮเดนแค่เพียงไม่กี่นาทีเท่านั้น

明治神宮 (東京都)

107 Q คนญี่ปุ่นทำอะไรในช่วงคริสต์มาส

A ถึงแม้ว่าในญี่ปุ่นจะไม่มีวันหยุดคริสต์มาส แต่จะพบเห็นสิ่งของที่สื่อถึงคริสต์มาสได้ทั่วญี่ปุ่น อีกทั้งยังมีการจัดงานเฉลิมฉลองกันมากมาย ผู้คนจะประดับของตกแต่ง แลกเปลี่ยนของขวัญ และทานเค้กคริสต์มาสกัน ในญี่ปุ่นมีคริสต์ศาสนิกชนอยู่จำนวนไม่มากนัก แต่พอถึงช่วงเทศกาลคริสต์มาสกลับมีบรรยากาศเหมือนเป็นงานเฉลิมฉลองอันยิ่งใหญ่เลยทีเดียว ทว่าพอล่วงเข้าวันที่ 26 ธันวาคม ของตกแต่งวันคริสต์มาสจะถูกแทนที่

ほとんどの日本人は近くの神社やお寺に行って新しい年をスタートさせます。そして来たるべき年を健康で幸せに過ごせるようにと祈ります。これは初詣と呼ばれます。初詣で知られるのは、東京の明治神宮と鎌倉の鶴岡八幡宮です。お正月の三が日に100万以上の人々がこうした神社を訪れます。行くと、かなり長く並んで待たされたあげくに、拝殿の前でほんの少し拝むことができただけという事態になるかもしれません。

鶴岡八幡宮 (神奈川県)

Q 日本人はクリスマスにどんなことをするのですか？

A 日本ではクリスマスは祝日ではありませんが、日本中あらゆるところにクリスマスらしいものがあふれ、多くのイベントが行われます。人々はデコレーションを飾り、プレゼントを贈り合い、クリスマスケーキを食べます。日本にはキリスト教徒はさほど多くいませんが、クリスマスは盛大な祝日のような雰囲気です。しかし12月26日になると、クリスマスの飾りつけはあっと

ด้วยของตกแต่งวันปีใหม่แทบจะในทันทีครับ

108

Q ญี่ปุ่นมีวันหยุดนักขัตฤกษ์อื่น ๆ อะไรอีกบ้าง

A ในทุกปีจะมีวันหยุดนักขัตฤกษ์ 15 วัน วิธีเฉลิมฉลองอาจจะแตกต่างกันไปบ้างตามแต่ละพื้นที่ แต่โรงเรียนและสถานที่ราชการทุกแห่งรวมถึงบริษัทส่วนใหญ่จะหยุดทำการ และถ้าวันหยุดเกิดตรงกับวันอาทิตย์ วันจันทร์ถัดมาจะเป็นวันหยุดชดเชยครับ

ผมขอแนะนำวันหยุดบางส่วนนะครับ

- วันขึ้นปีใหม่ ตรงกับวันที่ 1 มกราคม เป็นวันฉลองขึ้นปีใหม่
- วันผู้บรรลุนิติภาวะ ตรงกับวันจันทร์สัปดาห์ที่ 2 ของเดือนมกราคม ในวันนี้จะมีการจัดงานฉลองเนื่องในโอกาสที่บรรลุนิติภาวะและกลายเป็นผู้ใหญ่เต็มตัวให้แก่วัยรุ่นที่มีอายุ 20 ปีบริบูรณ์นับจากวันที่ 2 เมษายนในปีก่อนหน้าจนถึงวันที่ 1 เมษายนของปีที่จัดงาน
- ประมาณวันที่ 21 มีนาคม เป็นวันที่มีช่วงเวลากลางวันกับกลางคืนยาวเกือบจะเท่ากัน เราเรียกวันนี้ว่า วันชุนบุน (วันวสันตวิษุวัต) เช่นเดียวกันกับประมาณวันที่ 23 กันยายน ก็เป็นวันที่มีช่วงเวลากลางวันกับกลางคืนยาวเกือบจะเท่ากัน เราเรียกวันนี้ว่า วันชูบุน (วันศารทวิษุวัต) ทั้งสองวันนี้เป็นวันหยุดทางศาสนาพุทธ และอยู่ในสัปดาห์ฮิงัน (สัปดาห์วิษุวัต) ในสัปดาห์นี้สมาชิกในครอบครัวจะไปเคารพบรรพบุรุษที่ล่วงลับไปแล้ว พวกเขาจะทำความสะอาดบริเวณโดยรอบหลุมฝังศพ และเซ่นไหว้บรรพบุรุษด้วยอาหารและดอกไม้
- วันเด็ก ตรงกับวันที่ 5 พฤษภาคม เป็นวันที่ทุกคนอธิษฐานขอพรให้เด็ก ๆ สุขภาพแข็งแรงและมีความสุข แต่เดิมเรียกวันนี้ว่า ทังโงะโนะ เซกกุ เป็นเทศกาลสำหรับเด็กผู้ชาย ในวันนี้ครอบครัวที่มีลูกชาย

いうまにお正月の飾りに取って代わられます。

Q 日本にはほかにどんな祝日がありますか？

A 毎年15日の祝日があります。祝い方は地域によって少しずつ異なりますが、すべての学校と官公庁、そしてほとんどの会社が休みになります。祝日が日曜日と重なる場合は翌日の月曜日が振替休日となります。

祝日の一部をご紹介します。

- 元日は１月１日で、新年を祝う祝日です。
- １月の第２月曜日は成人の日です。前年の４月２日から当年の４月１日までに20歳になった若者が大人になったことを祝います。
- ３月21日前後に、昼と夜の長さがほぼ等しくなる日は春分の日と呼ばれます。同様に９月23日前後に昼と夜の長さがほぼ等しくなる日は秋分の日と呼ばれます。いずれも仏教の祝日である彼岸の週にある祝日です。この間に一家のみんなで亡くなった家族のために祈りをささげます。お墓の周囲を掃除してきれいに清め、花と食べ物を供えます。
- ５月５日はこどもの日です。こどもの健康と幸せを祈る日です。本来は端午の節句と呼ばれ、男の子のための祭りでした。この日、男の子のいる家庭では家の中に武者人形を

จะประดับตุ๊กตานักรบในบ้าน และแขวนธงปลาคาร์พไว้นอกบ้าน พร้อมกับทานชิมากิที่ทำจากข้าวและคาชิวะโมจิที่ทำจากแป้งข้าวเหนียวใส่ไส้ถั่วหวานกัน

109 Q นอกจากนี้ยังมีเทศกาลตามธรรมเนียมอื่น ๆ อะไรอีกบ้าง

A ทั่วญี่ปุ่นมีการจัดงานเทศกาลตามธรรมเนียมอื่น ๆ อีกมากมายในทุก ๆ ปี เทศกาลอาจจะแตกต่างกันไปบ้างตามแต่ละพื้นที่ แต่ส่วนใหญ่แล้วมักจะเกี่ยวข้องกับการเพาะปลูกและการเก็บเกี่ยว ปฏิทินจันทรคติ และฤดูกาล

เซทสึบุน หรือเทศกาลโปรยถั่ว (วันที่ 3 หรือวันที่ 4 กุมภาพันธ์)

เซทสึบุนจัดขึ้นเพื่อเฉลิมฉลองวันสิ้นสุดฤดูหนาวและวันแรกของการย่างเข้าสู่ฤดูใบไม้ผลิ จะตรงกับวันที่ 3 หรือวันที่ 4 เดือนกุมภาพันธ์ เกือบทุกครอบครัวจะโปรยถั่วภายในบ้าน ขณะที่โปรยถั่ว ก็จะร้องตะโกนว่า *"โอนิวะ โซโตะ ฟุกุวะ อุจิ"* (ความชั่วร้ายจงออกไป ความสุขจงเข้ามา) นอกจากจะโปรยถั่วภายในบ้านแล้ว ยังมีการโปรยถั่วตามสถานที่สาธารณะอย่างเช่นที่วัดอีกด้วย

ฮินะมัทสึริ หรือเทศกาลตุ๊กตา (วันที่ 3 มีนาคม)

ตามบ้านที่มีเด็กผู้หญิงเล็ก ๆ จะประดับตุ๊กตาฮินะ เราจะพบเห็นตุ๊กตาจักรพรรดิและจักรพรรดินีสวมเครื่องแต่งกายราชสำนักสมัยเฮอันได้

飾り、外には鯉の形をした鯉のぼ
りという飾りを揚げます。そして
お米を固めてつくったちまきや、
甘い豆のペーストを餅で包んだ柏
餅を食べます。

Q ほかにはどんな伝統行事がありますか？

A 日本中で、毎年ほかにも多くの伝統行事が行われます。地域に
よって異なりますが、多くは米の種まきと収穫、太陰暦、季節に
ゆかりがあります。

節分（2月3日または4日）

節分は冬の終わりと春の最初の日である立春を祝います。2
月の3日または4日がこの日に当たります。ほとんど
すべての家庭で豆まきが行われます。人々は豆を投げ
ながら「鬼は外、福は内（悪は外へ、幸運は中へ）」と叫
びます。これは家庭以外に、お寺のような公共の場で
も行われます。

雛祭り（3月3日）

小さな女の子のいる家庭では雛人形と呼ばれる人形を飾りま
す。平安時代の宮廷衣装を着た天皇と皇后の人形がよく見られ

ทั่วไป เนื่องจากมักมีการสืบทอดตุ๊กตาจากคนรุ่นหนึ่งไปยังคนอีกรุ่นหนึ่ง บางครั้งจึงมีการประดับตุ๊กตาที่มีอายุมากกว่า 100 ปีด้วย พร้อมกันนี้ยังมีการจัดวางโมจิหลากสีและเหล้าสาเกไว้กับตุ๊กตาด้วย

โอะฮานามิ – เทศกาลชมดอกซากุระ

มีต้นซากุระอยู่ทั่วทุกหนทุกแห่งในญี่ปุ่น นับตั้งแต่อดีตเป็นต้นมา เมื่อย่างเข้าเดือนเมษายนผู้คนจะมารวมตัวกันใต้ต้นซากุระ ร้องรำทำเพลง ดื่มกิน และชื่นชมความงดงามของดอกซากุระ

เทศกาลทานาบาตะ (วันที่ 7 กรกฎาคม)

เทศกาลทานาบาตะเป็นเทศกาลแห่งดวงดาว จะเฉลิมฉลองกันในวันที่ 7 เดือนกรกฎาคม ทานาบาตะเป็นหนึ่งในเทศกาลที่ได้รับความนิยมของญี่ปุ่น เป็นเทศกาลที่จัดขึ้นเพื่อระลึกถึงการมาพบกันของดาวชายเลี้ยงวัว (ดาวอัลแตร์) กับดาวหญิงทอผ้า (ดาวเวก้า) ซึ่งเป็นดาวคู่รักชายหญิงคู่หนึ่งที่ใน 1 ปีจะโคจรมาพบกันบนทางช้างเผือกเฉพาะในวันนี้เท่านั้น ผู้คนจะเขียนคำอธิษฐานของตนบนกระดาษหลากสีแล้วนำไปผูกไว้กับกิ่งไผ่ เพื่ออธิษฐานให้ความฝันเป็นจริงขึ้นมา

โอบ้ง หรือเทศกาลไหว้บรรพบุรุษ (ระหว่างวันที่ 13-16 สิงหาคม)

เทศกาลโอบ้งเป็นช่วงวันหยุดทางศาสนาพุทธที่ยาวมากที่สุด เป็นรองแค่วันฉลองขึ้นปีใหม่แบบชินโตเท่านั้น บริษัทจะหยุดทำการกันตั้งแต่วันที่ 13-16 เดือนสิงหาคม ผู้คนจะเดินทางกลับบ้านเกิดในต่างจังหวัด พอถึงวันที่ 13 ก็จะจุดไฟใกล้ ๆ ทางเข้าบ้าน พร้อมกับตกแต่งด้วยผักและผลไม้เพื่อนำทางดวงวิญญาณบรรพบุรุษกลับบ้าน

ます。人形は世代から世代へと受け継がれることがよくあるため、ときには何百年も前の人形が飾られる場合があります。人形とともに、色とりどりの餅とお酒も飾られます。

お花見——桜の花の見物

桜の木は日本中あらゆるところにあります。昔から、4月になると人々は桜の木の下に集まってきて、食べて飲んで歌を歌っては美しい桜の花を楽しんできました。

七夕 (7月7日)

七夕祭りは7月7日に祝う、星の祭りです。七夕は日本の代表的な人気のある祭りです。これはけん牛星（アルタイル星）と織女星（ヴェガ星）の2人の星の恋人が年に1回、この日だけ天の川で会えることを祝う祭りです。人々は色のついた紙片に願いを書き、竹の枝に結びます。こうして夢が実現することを祈るのです。

お盆 (8月13–16日)

お盆は日本で最大の仏教の祝祭日で、神道の正月につぐ規模で祝います。8月13日から16日にかけて会社が休みになり、人々は田舎の実家に帰省します。13日になると人々は家の入口近くに火をともして野菜や果物を飾り、わが家へ戻ってくる先祖の霊を導きます。

ในช่วงเทศกาลนี้ผู้คนจะไปรวมตัวกันที่ลานกว้างและรำวงบงโอโดริ เพื่อส่งดวงวิญญาณบรรพบุรุษกลับตอนสิ้นสุดเทศกาลโอบ้งนั่นเอง

โอะทสึกิมิ หรือเทศกาลชมจันทร์

เทศกาลชมจันทร์เป็นเทศกาลชื่นชมความงามของพระจันทร์เต็มดวง เราเรียกคืนวันที่ 15 เดือนสิงหาคมตามปฏิทินจันทรคติว่า จูโงะยะ (คืนเดือนเพ็ญ) และเรียกคืนวันที่ 13 เดือนกันยายนว่า โนจิ โนะ ทสึกิมิ (คืนหลังคืนชมจันทร์) ตามปกติแล้วผู้คนจะเฉลิมฉลองกันในคืนเดือนเพ็ญ โดยจะทานขนมดังโงะกันใต้พระจันทร์เต็มดวง

ชิจิ โกะ ซัง หรือเทศกาลฉลองเด็กอายุ 3, 5 และ 7 ขวบ (วันที่ 15 พฤศจิกายน)

เทศกาลชิจิ โกะ ซังเป็นเทศกาลเฉลิมฉลองการเจริญเติบโตของเด็ก ๆ วันนี้ถือเป็นวันพิเศษของเด็กผู้ชายอายุ 3 และ 5 ขวบ กับเด็กผู้หญิงอายุ 3 และ 7 ขวบ พอถึงวันที่ 15 เดือนพฤศจิกายน เด็ก ๆ จะแต่งกายในชุดออกงานที่ดีที่สุด เด็กผู้หญิงจะสวมชุดกิโมโนราคาแพง ส่วนเด็กผู้ชายจะสวมฮาโอริและฮากามะ โดยฮาโอริเป็นเสื้อคลุมครึ่งตัวที่ใช้สวมทับชุดกิโมโน ส่วนฮากามะเป็นกางเกงกระโปรงจับจีบที่ใช้สวมกับชุดกิโมโน ในวันนี้คุณพ่อคุณแม่จะพาลูก ๆ ไปที่ศาลเจ้าเพื่ออธิษฐานขอพรให้ลูก ๆ เจริญเติบโตอย่างแข็งแรง

この時期に人々は広場などに集まって盆踊りを踊ります。これはお盆の終わりに先祖の霊を送り返すためです。

お月見

お月見は満月を鑑賞する行事です。太陰暦で8月15日の月は十五夜と呼ばれ、9月13日の月はのちの月見と呼ばれます。お月見は一般に十五夜の日に行われ、満月の下で日本のお菓子である団子を食べます。

七五三 (11月15日)

七五三はこどもの成長を祝う行事です。この日は5歳の男の子＊と3歳、7歳の女の子にとっては特別な日です。11月15日になるとこどもたちは晴れ着でおめかしをします。女の子は高価な着物を着て、男の子は羽織と袴を着ます。

これは着物のうえにゆったりとした上着を着て、ひだのあるズボンをはく服装です。親はこどもを神社に連れて行き、わが子の健康と成長を祈ります。

＊近年、3歳の男の子も祝う例が多くなってきました。

110 Q จริงหรือที่พอคนญี่ปุ่นมองดูพระจันทร์แล้วเห็นกระต่าย

A จริงครับ กล่าวกันว่าในหลาย ๆ ประเทศทางแถบตะวันตกเมื่อมองดูพระจันทร์แล้วจะเห็นเป็นใบหน้าคน แต่ทว่าในจีนและญี่ปุ่น กล่าวกันว่าจะเห็นเป็นกระต่ายกำลังตำโมจิอยู่บนพระจันทร์

111 ศิลปะดั้งเดิมของญี่ปุ่น

Q คาบุกิคืออะไร

A การแสดงละครคาบุกิถือกำเนิดขึ้นเมื่อประมาณ 400 ปีก่อนหน้านี้ โดยหญิงสาวผู้มีนามว่า อิซุโมะ โนะ โอกุนิ ประมาณปลายศตวรรษที่ 16 เมื่อได้ยินเช่นนี้หลายคนอาจจะรู้สึกประหลาดใจครับ เนื่องจากนักแสดงละครคาบุกิในปัจจุบันล้วนแล้วแต่เป็นผู้ชาย ในสมัยนั้นผู้หญิงกว่าครึ่งหนึ่งที่เป็นนักแสดงละครคาบุกิจะเป็นโสเภณี ดังนั้นรัฐบาลทหารโทกุงาวะจึงออกคำสั่งห้ามผู้หญิงเล่นละครคาบุกิ เราเรียกนักแสดงชายที่สวมบทบาทเป็นผู้หญิงว่า อนนางาตะ

ละครคาบุกิได้รับความนิยมเพราะมีเวทีและเสื้อผ้าเครื่องแต่งกายที่สวยงามมาก และด้วยฝีมือระดับมืออาชีพของนักแสดงละครคาบุกิ จึงทำให้เรื่องราวและฉากอันงดงามของเหตุการณ์ในประวัติศาสตร์ญี่ปุ่นได้ปรากฏขึ้นอีกครั้ง

เนื้อเรื่องมีทั้งแนวเคร่งขรึม โศกนาฏกรรม และสุขนาฏกรรมครับ

Q 日本人が月を見るとうさぎが見えるというのはほんとうですか？

A はい。西洋の多くの国では月に人の顔が見えるといわれています。しかし日本と中国では、月でうさぎが餅をついているのが見えるといいます。

日本の伝統芸術

Q 歌舞伎とは何ですか？

A 歌舞伎の演劇は約400年前に始まりました。16世紀のおわりごろに出雲阿国と呼ばれる女性によって始められました。こうきくと多くの人は驚きます。というのも現代の歌舞伎俳優はすべて男性だからです。当時、歌舞伎を演じていた女性の大半が娼婦だったので、徳川幕府は女性が歌舞伎を演じることを禁止しました。女性役を演じる男性俳優は女形と呼ばれます。

歌舞伎は舞台背景と衣装がたいへん美しいため、人気があります。熟達した役者の演技によって、歌舞伎は日本の歴史上のすばらしい場面と物語を再現します。

真剣かつ悲劇的な芝居もあれば、喜劇もあります。

🎧112 **Q** การแสดงละครประเภทอื่น ๆ ของญี่ปุ่นมีอะไรอีกบ้าง

A ละครโนเป็นการแสดงเฉพาะตัวอีกอย่างหนึ่งของญี่ปุ่น ถือกำเนิดขึ้น
ประมาณ 600 ปีก่อนหน้านี้ แม้การเคลื่อนไหวของนักแสดงและ
หน้ากากที่สวมใส่จะวิจิตรงดงาม แต่ละครโนเป็นละครที่ทำความเข้าใจได้
ยากมาก กระทั่งคนญี่ปุ่นซึ่งเป็นเจ้าของภาษาเองยังไม่สามารถเข้าใจได้เลย
ครับ โรงละครโนขนาดใหญ่ที่สุดตั้งอยู่ที่โตเกียว และมีการจัดการแสดงกัน
แทบจะทุกวัน ส่วนการแสดงชุดเล็กจะจัดแสดงขึ้นทั่วญี่ปุ่น โดยเฉพาะตาม
ศาลเจ้า นอกจากนี้ละครหุ่นบุนรากุที่ใช้ผู้ชาย 3 คนเชิดหุ่นขนาดใหญ่
ก็ได้รับความนิยมเช่นกันครับ

🎧113 **Q** ค่าเข้าชมการแสดงละครของญี่ปุ่นแพงไหม

A ราคาค่าเข้าชมละครคาบุกิ ละครโน และละครหุ่นบุนรากุแพงมาก
ครับ ยิ่งถ้าคุณต้องการที่นั่งพิเศษและต้องการชมครบทุกองก์ ราคา
ก็จะยิ่งสูงขึ้น แต่สำหรับละครคาบุกิ บางครั้งคุณสามารถซื้อตั๋วในราคาถูก
ได้ หากเลือกนั่งที่นั่งด้านบนและเลือกชมเพียงบางองก์เท่านั้น

คุณสามารถพบเห็นการแสดงแบบดั้งเดิมของญี่ปุ่นได้ตามงานเทศกาล
ต่าง ๆ ครับ ตลอดทั้งปีจะมีการจัดงานเทศกาลกันแทบจะทุกวัน ณ ที่ใด
ที่หนึ่งในญี่ปุ่น คุณสามารถเพลิดเพลินไปกับดนตรีและการแสดงของญี่ปุ่น
มายากล ตลอดจนการแสดงแบบดั้งเดิมอื่น ๆ อีกมากมาย

Q 日本の演劇にはほかにどんな種類がありますか？

A 能もやはり日本独自の芝居です。約600年前に始まりました。役者の動きと仮面が美しいのですが、非常に理解しにくく、生粋の日本人にさえわかりにくいほどです。最大の能劇場が東京にあり、ほぼ毎日公演が開催されていますが、小規模な公演も日本中で行われており、よく神社で演じられます。大きな人形を3人の男性が操る文楽もたいへん人気があります。

Q 日本の演劇の鑑賞料金は高額ですか？

A 歌舞伎と文楽、能の料金は高額です。いい席を買ったり、プログラムの全幕を観たりすると高くつきます。しかし歌舞伎では、劇場の上のほうの座席でプログラムの一部だけを観られる安いチケットが売られる場合があります。

日本の伝統的な催し物は多くの祭りでも観ることができます。一年中ほとんど毎日のように日本のどこかで祭りが行われています。日本の音楽や演劇、手品、ほかにも多くの催し物を楽しめます。

114 Q พิธีชงชาถือกำเนิดขึ้นเป็นครั้งแรกเมื่อไร

A ชะโนะยุ หรือพิธีชงชา ถือกำเนิดขึ้นในประเทศจีน และถ่ายทอดมายังญี่ปุ่นในสมัยมุโรมาจิ พิธีชงชาถือเป็นการแสดงออกทางศิลปะแขนงหนึ่ง ที่เชื่อมโยงธรรมเนียมของเซน ศิลปะ และความงดงามแบบเรียบง่ายเข้าไว้ด้วยกัน พิธีชงชาได้รับการพัฒนาโดย เซนโนะริกิว ในราวศตวรรษที่ 16 ก่อนจะแตกแขนงแยกออกเป็นสำนักต่าง ๆ อีกทั้งยังได้รับความนิยมแม้กระทั่งในปัจจุบัน สำนักที่มีชื่อเสียงทั้ง 3 แห่ง ได้แก่ สำนักโอโมเตเซน สำนักอุราเซน และสำนักมุชาโนโกจิเซน โดยทั้ง 3 สำนักนี้ก่อตั้งขึ้นโดยทายาทของ เซนโนะริกิว ทั้งสิ้น

115 Q อิเคบานะคืออะไร

A อิเคบานะคือศิลปะการจัดดอกไม้แบบญี่ปุ่น ถือกำเนิดขึ้นจากการที่พระสงฆ์รูปหนึ่งจัดดอกไม้เพื่อประดับแท่นบูชาของวัดในราวศตวรรษที่ 6 โดยรูปแบบอิเคบานะมาตรฐานมีรูปทรงเป็นสามเหลี่ยมด้านไม่เท่าครับ

ปัจจุบันมีสำนักอิเคบานะอยู่หลายร้อยแห่ง เฉพาะที่ญี่ปุ่นมีผู้เรียนมากกว่า 15 ล้านคน ยิ่งถ้าเป็นจำนวนผู้เรียนในต่างประเทศแล้วแทบจะนับไม่ถ้วนเลยทีเดียวครับ ในบรรดาสำนักอิเคบานะทั้งหมด สำนักที่มีชื่อเสียงได้แก่ สำนักโอฮาระ สำนักอิเคโนะโบ และสำนักโซเงทสึ ชาวต่างชาติจำนวนมากสนใจเรียนศิลปะการจัดดอกไม้อิเคบานะ ซึ่งถือเป็นงานอดิเรกที่ต้องลงทุนสูงและต้องใช้เวลาศึกษานานหลายปี จึงแทบจะไม่มีชาวต่างชาติคนใด

Q 茶道はいつ始まったのですか？

A 茶の湯、つまり茶道は中国で始まり、室町時代に日本に伝わりました。これは禅のしきたりや芸術、簡素な美と結びついた、一種の芸術表現と考えられています。茶道は16世紀に千利休によって洗練され、多くの流派に分かれて発展していき、現在もたいへん人気があります。とくに有名な流派は表千家、裏千家、そして武者小路千家の3つで、いずれも千利休の子孫によって始められました。

Q 生け花とは何ですか？

A 生け花は日本式の花を生ける芸術です。6世紀に仏教の僧侶が寺の祭壇を飾るために花を生けたのが始まりでした。代表的な生け花のデザインは非対称な三角形を基本としています。

　現在では何百もの流派があり、日本だけでも1500万人以上の生徒が学び、海外ではさらに無数の人が学んでいます。なかでも有名な流派は小原流、池坊、そして草月です。多くの外国人も生け花の稽古を楽しんでいます。しかしこれはたいへんお金のかかる趣味で、習得するまでに何年もかかるため、学びつづけて講

ที่ร่ำเรียนอย่างต่อเนื่องจนได้เป็นครูสอนศิลปะการจัดดอกไม้อิเคบานะเลย

สิ่งสำคัญในการจัดดอกไม้อิเคบานะไม่ใช่แค่ผลงานที่จัดเสร็จแล้วเท่านั้น แต่การเข้าถึงจิตใจของมนุษย์กับธรรมชาติในขณะที่จัดดอกไม้อยู่นั้นก็สำคัญเช่นกัน

116 กีฬาและศิลปะการต่อสู้

Q ในญี่ปุ่น ระหว่างเบสบอลกับฟุตบอล กีฬาชนิดไหนได้รับความนิยมมากกว่ากัน

A เดิมทีเบสบอลเป็นกีฬาที่ได้รับความนิยมมากที่สุดในญี่ปุ่น แต่ฟุตบอลก็ได้รับความนิยมมากขึ้นทุก ๆ ปีเช่นกัน แม้จะยังไม่มากกว่าเบสบอลก็ตาม เจลีกก่อตั้งขึ้นในปี ค.ศ. 1993 เป็นลีกฟุตบอลอาชีพของญี่ปุ่น ในปี ค.ศ. 1999 ได้มีการแบ่งเจลีกออกเป็น 2 ดิวิชั่น ได้แก่ J1 และ J2 ในปี ค.ศ. 1998 นักฟุตบอลทีมชาติญี่ปุ่นได้เข้าร่วมการแข่งขันฟุตบอลโลกซึ่งจัดขึ้นที่ฝรั่งเศสเป็นครั้งแรก และในปี ค.ศ. 2002 ญี่ปุ่นได้เป็นเจ้าภาพจัดการแข่งขันฟุตบอลโลกร่วมกับเกาหลีใต้ด้วย นอกจากนี้ ในปี ค.ศ. 2011 ทีมนักฟุตบอลชายได้เป็นแชมป์ในการแข่งขันฟุตบอลเอเชียนคัพ ครั้งที่ 15 และในปีเดียวกันนี้ ทีมนักฟุตบอลหญิงก็ได้เป็นแชมป์ในการแข่งขันฟุตบอลโลกหญิงของ FIFA ด้วย

師になれる外国人はほとんどいません。

　生け花で大切なことはできあがった作品だけではありません。花を生けているときの人間の心と自然への理解も重要です。

スポーツと武術

Q 日本では野球とサッカーのどちらのほうが盛んですか？

A 従来から日本では野球が最も人気のスポーツでしたが、それを上回るといかないまでも、サッカー人気も年々高まりつつあります。Jリーグは日本のプロ・サッカー・リーグで、1993年に始まりました。1999年にJ1とJ2の2つの区分ができました。1998年に日本代表チームはフランスで行われたワールドカップに初めて出場しました。そして2002年には日本と韓国でワールドカップが開催されました。男子の代表チームは2011年の第15回アジア・カップで優勝し、同じ年には女子の代表チームもFIFA女子ワールドカップで優勝しました。

🎧 **117** **Q** คนญี่ปุ่นเริ่มเล่นเบสบอลกันตั้งแต่เมื่อไร

A เบสบอลแพร่หลายเข้ามาในญี่ปุ่นเมื่อปี ค.ศ. 1873 เพียงแค่ 5 ปี หลังจากการล่มสลายของรัฐบาลทหารโทกุงาวะ นักเรียนชาวญี่ปุ่น หลายคนได้แข่งขันกับชาวอเมริกันที่อาศัยอยู่ในโยโกฮาม่า รวมถึงทหารเรือ ในกองทัพเรือต่อเนื่องกันหลายนัด ภายหลังการแข่งขันนัดแรก ทีมญี่ปุ่น ได้หวนกลับมาใหม่และเอาชนะได้อีกหลายนัด ทำให้เบสบอลยิ่งได้รับความ นิยมเป็นอย่างมากในญี่ปุ่น

🎧 **118** **Q** ซูโม่เป็นกีฬาที่เก่าแก่มากที่สุดจริงหรือ

A ใช่ครับ ไม่ทราบแน่ชัดว่าถือกำเนิดขึ้นตั้งแต่เมื่อใด แต่เชื่อกันว่า น่าจะเป็นเมื่อประมาณ 2,000 ปีก่อนหน้านี้ ทว่ากว่าจะกลายเป็น กีฬาอย่างแท้จริงก็ตั้งแต่ศตวรรษที่ 17 เป็นต้นมาครับ

จุดมุ่งหมายของกีฬาชนิดนี้คือ การผลักนักซูโม่คู่ต่อสู้ให้ออกไปจาก วงลานดินที่เรียกว่า โดเฮียว หรือทำให้ส่วนใดส่วนหนึ่งนอกเหนือไปจาก ฝ่าเท้าของคู่ต่อสู้สัมผัสกับบางส่วนของวงลานดิน มีนักซูโม่ชาวต่างชาติทำ ผลงานได้ดีอยู่มากมาย ทำให้ความนิยมในซูโม่เพิ่มมากขึ้นไม่เพียงแต่ใน ญี่ปุ่นเท่านั้น แต่รวมไปถึงประเทศอื่น ๆ ทั่วโลกด้วย

ขอแนะนำสถานที่และเดือนที่จัดการแข่งขันดังนี้ครับ

เดือนมกราคม-โตเกียว

เดือนมีนาคม-โอซาก้า

เดือนพฤษภาคม-โตเกียว

Q 日本人はいつごろから野球を始めたのですか？

A 野球が日本に伝わったのは1873年、徳川幕府が倒れてからまだわずか5年後のことでした。数人の日本人学生が、横浜に住むアメリカ人や軍艦の船員と連続して数試合を行ったのです。最初の試合のあと、日本チームが盛り返して何試合か勝利しました。これがきっかけとなり、野球は日本で非常に盛んになりました。

Q 相撲はたいへん古いスポーツなのですか？

A はい、そうです。いつごろ始まったのかは明らかではありませんが、約2000年前だとされています。しかし本格的なスポーツとなったのは17世紀になってからです。

　このスポーツの目的は、土俵というリングから相手の力士を押し出すか、足の裏以外の体の一部を土俵に触れさせることです。海外から来た力士たちの活躍によって、相撲は日本だけでなく、世界中のほかの国でも人気が上昇してきました。

　興行の行われる月と場所をご紹介します。

1月──東京

3月──大阪

5月──東京

เดือนกรกฎาคม-นาโงย่า
เดือนกันยายน-โตเกียว
เดือนพฤศจิกายน-ฟุกุโอกะ

🎧 (119) Q ศิลปะการต่อสู้ของญี่ปุ่นเป็นแบบใด

A ศิลปะการต่อสู้ได้รับความนิยมอย่างล้นหลามในญี่ปุ่น แต่แทบจะไม่มีการถ่ายทอดการแข่งขันนัดใหญ่ ๆ ทางโทรทัศน์เลย ยูโดถือกำเนิดขึ้นโดย คาโน จิโงโร (ปี ค.ศ. 1860-1938) เป็นศิลปะการต่อสู้ที่ผสมผสานความแข็งแกร่งและความนุ่มนวลเข้าด้วยกัน คาราเต้เป็นศิลปะการต่อสู้ที่รวมเอาการต่อย การเตะ และการป้องกันตัวเข้าไว้ด้วยกัน ได้รับการถ่ายทอดจากจีนมายังโอกินาวาในศตวรรษที่ 16 ส่วนเคนโดหมายถึง *"วิถีแห่งดาบ"* ถือเป็นศิลปะการต่อสู้ที่เก่าแก่ที่สุดในบรรดาศิลปะการต่อสู้ทั้งหมดของญี่ปุ่น ดาบที่ใช้ทำจากไม้ไผ่ และหนักประมาณ 500 กรัม

7月──名古屋
　9月──東京
11月──福岡

Q 日本の武術はどんなですか？

A 日本では武術が盛んですが、大会の模様はテレビでほとんど放送されません。柔道は嘉納治五郎（1860–1938）という人物によって始められました。柔道は剛強さと柔軟さの融合です。空手は突き、蹴り、防御が組み合わされた武術です。16世紀に中国から日本の南方にある沖縄に伝わりました。剣道とは「剣の道」という意味です。剣道は日本のすべての武術のうちで最古のものです。使用する剣は竹でつくられており、重さは約500グラムです。

120 役立つタイ語表現　　ข้อมูลที่เป็นประโยชน์

[日本の年末行事]　[เทศกาลในช่วงปลายปีของญี่ปุ่น]

□ 12月になると多くの日本人は、忘年会という宴会を開きます。そこで飲んだり食べたりしてこの1年の終わりを祝います。

เมื่อล่วงเข้าเดือนธันวาคม คนญี่ปุ่นส่วนใหญ่จะจัดงานเลี้ยงส่งท้ายปีเก่าที่เรียกว่า โบเนงไค ผู้คนจะทานอาหารและดื่มสังสรรค์ร่วมกันเพื่อเป็นการฉลองส่งท้ายปีเก่า

□ ほとんどの日本人にとって、クリスマスは宗教的なイベントではありません。ただ、買い物や食事や恋愛にときめく季節なのです。

สำหรับคนญี่ปุ่นส่วนใหญ่ คริสต์มาสไม่ใช่เทศกาลทางศาสนา แต่เป็นเพียงเทศกาลแห่งการจับจ่ายซื้อของ การรับประทานอาหาร และความรัก เท่านั้น

□ お寺の鐘を108回つくこの習慣は、除夜の鐘と呼ばれ、人々から108の煩悩を払い除け、新年を迎えるために身を清めます。

เราเรียกธรรมเนียมการเคาะระฆังที่วัด 108 ครั้งว่า โจยะโนะคาเนะ เพื่อเป็นการปัดเป่ากิเลส 108 ประการ และชำระกายให้บริสุทธิ์เพื่อต้อนรับปีใหม่

[国民の祝日]　[วันหยุดนักขัตฤกษ์]

☐ 元旦　　　　　　　วันขึ้นปีใหม่

☐ 成人の日　　　　　วันผู้บรรลุนิติภาวะ

☐ 建国記念の日　　　วันที่ระลึกการก่อตั้งประเทศ

☐ 春分の日　　　　　วันวสันตวิษุวัต (วันเริ่มต้นฤดูใบไม้ผลิ)

☐ 昭和の日　　　　　วันโชวะ

☐ 憲法記念日　　　　วันรัฐธรรมนูญ

☐ みどりの日　　　　วันพฤกษชาติ

☐ こどもの日　　　　วันเด็ก

☐ 海の日　　　　　　วันทะเล

☐ 敬老の日　　　　　วันเคารพผู้สูงอายุ

☐ 秋分の日　　　　　วันศารทวิษุวัต (วันเริ่มต้นฤดูใบไม้ร่วง)

☐ 体育の日　　　　　วันกีฬา

☐ 文化の日　　　　　วันวัฒนธรรม

☐ 勤労感謝の日　　　วันขอบคุณผู้ใช้แรงงาน

☐ 天皇誕生日　　　　วันเฉลิมพระชนมพรรษาสมเด็จพระจักรพรรดิ

3-5 ธรรมเนียมญี่ปุ่น

121 แนวคิดของคนญี่ปุ่น

Q ศาสนาหลักของญี่ปุ่นคือศาสนาอะไร

A ศาสนาหลักของญี่ปุ่น ได้แก่ ศาสนาชินโต ศาสนาพุทธ และศาสนาคริสต์ครับ

มีชาวญี่ปุ่นเพียงแค่ 30% ที่นับถือเพียงศาสนาเดียว ผู้คนส่วนใหญ่จะปฏิบัติตามธรรมเนียมทางศาสนาของหลาย ๆ ศาสนาครับ ตัวอย่างเช่น ถ้าเป็นงานวันเกิดหรืองานแต่งงานจะจัดงานฉลองที่ศาลเจ้าชินโต ถ้าเป็นงานศพจะจัดที่วัด แถมคนส่วนใหญ่ยังจัดงานฉลองคริสต์มาสกันด้วย สาเหตุประการหนึ่งที่ทำให้ผู้คนมีอิสระในการเลือกนับถือศาสนานั้น อาจมาจากความคิดที่ว่าศาสนาพุทธและศาสนาชินโตเคยเป็นศาสนาเดียวกันจนถึงปี ค.ศ. 1868 ก็เป็นได้

122 **Q ที่กล่าวกันว่า *"ญี่ปุ่นเป็นสังคมแนวตั้ง"* มีความหมายว่าอย่างไร**

A *"สังคมแนวตั้ง"* หมายถึง การให้ความเคารพต่อบุคคลที่มีสถานะเหนือกว่าตนเอง และไม่ใช่แค่ที่โรงเรียนหรือที่ทำงานเท่านั้น แต่

3-5 日本の習慣

日本人の考え方

Q 日本のおもな宗教は何ですか？

A 日本のおもな宗教は神道、仏教、そしてキリスト教です。

単独の宗教を信奉する日本人はわずか30パーセントで、たいていの人は複数の宗教習慣に従っています。たとえば誕生と結婚は神道の神社で祝い、葬式はお寺で行います。ほとんどの人はクリスマスも祝います。このような宗教の自由度は、1868年まで仏教と神道が同一の宗教だと考えられていたことも原因のひとつといえるでしょう。

Q 「日本は縦社会」というのはどういう意味ですか？

A 「縦社会」とは自分より上の立場の人を尊敬することを意味し、学校や職場だけでなく家庭でもこの考えが重んじられます。日

ภายในครอบครัวเองก็ให้ความสำคัญกับแนวคิดนี้เช่นกัน ในญี่ปุ่นการใช้คำพูดจะเปลี่ยนไปตามสถานภาพของคู่สนทนา รวมถึงอายุของคู่สนทนาว่ามีอายุมากกว่าหรือน้อยกว่าเราครับ

123 Q จริงหรือที่คนญี่ปุ่นมักไม่แสดงความคิดเห็นของตนเองอย่างชัดเจน

A จริงครับ เหตุผลหนึ่งก็คือ คำพูดของคนญี่ปุ่นมักจะอ้อมค้อมมาก คนญี่ปุ่นมักจะหลีกเลี่ยงคำว่า *"ฉัน"* *"คุณ"* หรือ *"ไม่"* จึงทำให้เวลาจะพูดคำคำเดียวกันนี้ ต้องหาวิธีการพูดอ้อม ๆ แบบอื่นแทน และเหตุผลอีกประการหนึ่งก็คือ คนญี่ปุ่นใส่ใจมากว่าคนอื่นจะคิดกันอย่างไร จึงฝึกที่จะไม่พูดความคิดที่แท้จริงจนเป็นนิสัย พวกเขาพยายามรักษาความสงบสุขของกลุ่มเอาไว้ครับ

124 Q คนญี่ปุ่นรักษาความสงบสุขของกลุ่มอย่างไร

A สำหรับคนญี่ปุ่นแล้ว ความสงบสุขของกลุ่มเป็นสิ่งสำคัญมากครับ การคบค้าสมาคมกับคนรอบข้างได้อย่างราบรื่นถือเป็นสิ่งสำคัญสำหรับทุกคน แม้ว่าสิ่งนั้นจะเป็นการเพิกเฉยต่อความจริง หรือการหลีกเลี่ยงไม่พูดความเป็นจริงอย่างตรงไปตรงมาก็ตาม สิ่งนี้เป็นที่รู้จักกันในภาษาญี่ปุ่นว่า *"ฮนเนะ กับ ทาเตมาเอะ"* ครับ

สมมุติว่าเจ้านายของคุณเป็นคนใจแคบมาก และเมื่ออยู่ที่บ้านคุณก็มัก

本では話す相手の地位や、相手が自分より年上か年下かによって、話す言葉が変わります。

Q 日本人は自分の意見をはっきり表現しないというのはほんとうですか？

A はい。その理由のひとつは、言語が非常に間接的だということです。日本人は「私」、「あなた」や「いいえ」と言うのを避ける傾向があるため、同じことを言うのに、ほかの間接的な言い方を見つけなければなりません。他人にどう思われているかをたいへん気にするために、ほんとうの考えを言わないようにするという性質も理由のひとつです。彼らは集団の調和を大切にしようとするのです。

Q 日本人はどのように集団の調和を保っているのですか？

A 日本人にとって集団の調和は非常に大切です。周囲の人とうまくやっていくことが誰にとっても重要であり、たとえそれが事実を無視する、あるいは真実を率直に語らないことになるとしても、調和を重視します。これは日本語で「本音と建て前」として知られています。

　たとえばあなたの上司がとても卑劣な人物で、毎晩あなたは

จะสาปแช่งเขาทุกคืน สิ่งนี้คือ ฮนเนะ หรือความเป็นจริง แต่เมื่ออยู่ในที่ทำงานคุณไม่เคยต่อต้านเจ้านาย และในบางครั้งอาจจะชื่นชมเขาเสียด้วยซ้ำไป สิ่งนี้คือ ทาเตมาเอะ กล่าวคือการรักษาหน้าของตนเอง ในญี่ปุ่นทาเตมาเอะจึงเป็นสิ่งสำคัญมาก เพื่อเป็นการดำรงไว้ซึ่งความผาสุก โดยเฉพาะในที่ทำงาน

125 สิ่งละอันพันละน้อยของญี่ปุ่น

Q ทำไมคนญี่ปุ่นจึงมอบของกำนัลกันมากมาย

A ช่วงเวลาที่ผู้คนมอบของกำนัลให้แก่กันมากที่สุดใน 1 ปีจะมี 2 ครั้ง คือ ช่วงปลายปีกับช่วงฤดูร้อน ของกำนัลที่มอบตอนปลายปีเรียกว่า โอะเซโบะ ส่วนของกำนัลที่มอบตอนฤดูร้อนเรียกว่า โอะชูเงน

ในญี่ปุ่นของกำนัลถือเป็นการทักทายรูปแบบหนึ่ง หากคุณได้รับของกำนัลจากใครแล้ว คุณจะต้องมอบของกำนัลคืนให้แก่บุคคลนั้นด้วย มีบางครั้งที่บุคคลนั้นอาจจะส่งของกำนัลมาให้คุณอีก คุณก็ต้องมอบของกำนัลกลับไปเป็นอย่างนี้ไปเรื่อย ๆ แต่ระยะหลังมานี้กลุ่มคนหนุ่มสาวไม่ค่อยให้ความสำคัญกับธรรมเนียมนี้ พวกเขาจึงไม่ค่อยแลกเปลี่ยนของกำนัลกันครับ

家で彼を呪っているとします。これが本音つまり真実です。しかし職場ではあなたは決して上司に逆らわず、ときには賞賛さえします。これが建て前、つまり体面を保つということです。日本では、調和を保つためには建て前がとても大切で、とくに職場では重要です。

日本のあれこれ

Q 日本人はなぜたくさん贈り物をするのですか？

A 贈り物が非常に増える時期が年に2回、年末と夏にやってきます。年末の贈り物はお歳暮と呼ばれ、夏の贈り物はお中元と呼ばれます。

日本では贈り物があいさつの一種なので、誰かに贈り物をもらったら、相手に何かをお返ししなければいけません。すると相手がまた何かを贈ってくれて、それに対してまたお返しをするという事態がつづく場合があります。最近の若い人々はこの習慣をあまり重視しないため、若い世代のあいだではあまり贈り物を交換しません。

126 Q ทำไมร้านอาหารจำนวนมากถึงแขวนผ้าม่านบริเวณทางเข้า

A ผ้าม่านที่ว่านี้เรียกว่า โนเรน ครับ หากแขวนโนเรนไว้หน้าร้าน ลูกค้าจะทราบได้ทันทีว่าร้านเปิดทำการอยู่ โนเรนมีหลากหลายแบบ คุณจะซื้อไปเป็นของฝากตอนกลับประเทศก็ได้นะครับ

127 Q บอนไซคืออะไร

A บอนไซคือศิลปะการเพาะเลี้ยงต้นไม้ขนาดจำลอง เป็นการควบคุมการเจริญเติบโตของต้นไม้ โดยตัดราก ผูกกิ่ง หรือปรับปริมาณน้ำและแสงแดดให้เหมาะสม เป็นต้น

ไม่มีความจำเป็นต้องทำให้ต้นบอนไซมีความเหมือนจริง แต่สิ่งสำคัญก็คือต้องสะท้อนให้เห็นถึงรสนิยมของศิลปินผู้นั้น การจะเลี้ยงให้เป็นบอนไซชั้นดีอาจต้องใช้เวลาประมาณ 100 ปี จึงมักมีการส่งต่อต้นบอนไซจากคนรุ่นหนึ่งไปยังคนอีกรุ่นหนึ่งอยู่เสมอ

128 Q ผ้าผืนใหญ่ที่ผู้คนใช้ห่อของถือเดินไปเดินมาคืออะไร

A เรียกว่า ฟุโรชิกิ ครับ เป็นผ้ารูปสี่เหลี่ยมจัตุรัส เพียงคุณนำของที่ต้องการถือวางลงบนผ้า แล้วผูกปลายผ้าทั้ง 4 มุมเข้าด้วยกันก็เป็น

Q なぜ入口にカーテンをつけているレストランが多いのですか？

A このカーテンは「暖簾」と呼ばれています。暖簾が店の前にかかっていると、お客にはその店が営業中だとわかります。暖簾にはさまざまな種類がありますから、帰国するときのおみやげにもいいですよ。

Q 盆栽とは何ですか？

A 盆栽はミニチュアの樹木を育てる芸術です。根を切る、枝を縛る、水の量や日光の量を調節するなどして、木の成長を管理するのです。

photo by Ragesoss

　盆栽の木は本物らしくする必要はなく、作家の趣向を反映させることが肝心です。優れた盆栽を育てるには100年ほどかかるため、一族の世代から次の世代へと木を引き継いでいくことがよくあります。

Q 物を包んで持ち運んでいる大きな布きれは何ですか？

A それは風呂敷と呼ばれ、簡素な正方形の布です。運びたい物を入れて四隅をいっしょに結べばいいのです。いわば日本のスーツ

อันเรียบร้อย ฟุโรชิกิก็คงเป็นเหมือนกระเป๋าเดินทางของญี่ปุ่นครับ ปัจจุบันคนส่วนใหญ่มักใช้กระเป๋าเดินทางหรือกระเป๋าถือแบบตะวันตก แต่ก็ยังมีบางคนใช้ฟุโรชิกิเพราะเห็นว่าเป็นสิ่งอำนวยความสะดวกเวลาที่ต้องถือของไปด้วย

129 Q โคมไฟสีแดงขนาดใหญ่ที่ทำจากกระดาษที่แขวนอยู่ตามหน้าร้านคืออะไร

A โคมไฟนี้ทำโดยนำกระดาษไปติดบนโครงไม้ไผ่ มักใช้ประดับตามหน้าบาร์ที่ขายเหล้าและอาหารง่าย ๆ โคมไฟนี้เป็นสัญลักษณ์บอกว่าร้านเปิดทำการอยู่ หากเป็นโคมไฟสีแดงละก็ จะรู้ได้เลยว่าร้านนั้นมีราคาย่อมเยา ร้านลักษณะนี้จะคล้าย ๆ ผับของอังกฤษครับ

130 Q ตราประทับสีแดงขนาดเล็กที่ใช้ประทับบนเอกสารของญี่ปุ่นคืออะไร

A ตราประทับนี้เรียกว่า ฮังโกะ ครับ ขนาดของตราประทับส่วนใหญ่จะหนากว่าดินสอเล็กน้อย และยาวประมาณ 5 เซนติเมตร โดยจะสลักชื่อเจ้าของไว้ด้านบน เพื่อใช้เป็นตราประทับชื่อของตัวเอง ปกติคนญี่ปุ่นจะใช้ตราประทับแทนการเซ็นชื่อครับ

ถ้าเป็นตราประทับชื่อที่ทำจากไม้หรือพลาสติกจะมีราคาไม่สูงมากนัก แต่กระนั้นก็มีตราประทับชื่อราคาแพงมากเช่นกัน โดยทั่วไปเราจะมีตราประทับชื่อกันคนละอัน และจะต้องไปลงทะเบียนที่สำนักงานเขตเอาไว้ด้วย

ケースのようなものです。現在はほとんどの人が西洋式のスーツケースやバッグを使いますが、物を運ぶのに便利な道具として風呂敷を使う人もまだいます。

Q お店の前にある紙製の赤くて大きな提灯は何ですか？

A 提灯は竹を紙で覆ってつくられており、お酒と簡単な料理を出すバーの前に飾られます。それが、店が営業中だという印です。赤提灯があれば、その店はあまり高くないということもわかります。こうした店はイギリスのパブに似ています。

Q 日本の書類に押してある小さな赤いスタンプは何ですか？

A それは判子と呼ばれる印です。ほとんどの判子は鉛筆より少し太くて５センチほどの長さです。先端に持ち主の名前が彫られており、刻印として使えます。日本人は通常、名前をサインする代わりに判子を使います。

　木製やプラスチック製の判子はあまり高価ではありませんが、なかにはたいへん高価な物もあります。通常、人々は特別な判子を１つ持ち、市役所に登録しておきます。この判子は公式な目的

ตราประทับชื่อมีไว้ใช้กับเรื่องที่เป็นทางการ ถ้าถูกขโมยไปละก็ เจ้าของตราประทับชื่ออาจถูกถอนเงินออกจากบัญชี หรืออาจจะถูกขายทรัพย์สินบางอย่างไปก็ได้

ตราประทับชื่อของคนญี่ปุ่นมักจะสลักเป็นอักษรคันจิ แต่กรณีของชาวต่างชาติที่อาศัยอยู่ในญี่ปุ่น ส่วนใหญ่จะสลักชื่อเป็นอักษรคาตากานะมากกว่าอักษรคันจิครับ

131 ญี่ปุ่นในปัจจุบัน

Q อานิเมะมีความหมายอย่างไร

A อานิเมะในภาษาญี่ปุ่นก็คือ การ์ตูนแอนิเมชั่น ครับ การ์ตูนแอนิเมชั่นที่ฉายทางโทรทัศน์ได้รับความนิยมเป็นอย่างมาก ในสหรัฐอเมริกาหรือประเทศอื่น ๆ การ์ตูนแอนิเมชั่นมีไว้สำหรับเด็ก ๆ แต่ในญี่ปุ่นจะไม่มีข้อจำกัดเรื่องอายุครับ มีการ์ตูนแอนิเมชั่นแทบจะทุกแนวเท่าที่คุณจะนึกออกเลยทีเดียว คุณสามารถชมภาพยนตร์แอนิเมชั่น รวมถึงการ์ตูนแอนิเมชั่นที่ฉายทางโทรทัศน์ได้มากมาย

132 Q การ์ตูนแอนิเมชั่นสมัยใหม่ถือกำเนิดขึ้นเมื่อใด

A การ์ตูนแอนิเมชั่นอย่างที่รับชมกันในปัจจุบันถือกำเนิดขึ้นในช่วงปี ค.ศ. 1960 การ์ตูนแอนิเมชั่นที่ได้รับความนิยมเป็นเรื่องแรกคือ

のために使うため、もしそれを誰かに盗まれたら、判子の持ち主の銀行口座のお金が引き出されたり、財産を売り払われたりかもしれません。

　日本人が持っている判子のほとんどは漢字で彫られています。しかし外国人が日本に住む場合は、名前を漢字ではなくカタカナで彫ってつくるのが通例です。

現代の日本

Q アニメとは何の意味ですか？

A 日本語でアニメとはアニメーションのことです。アニメのテレビ番組はとても人気があります。アメリカやほかの国ではアニメーションはおもにこども向けですが、日本では年齢制限がありません。考えられる限り、あらゆるテーマのアニメがあります。数多くのアニメ映画やテレビのアニメ番組が見られます。

Q 現代のアニメが始まったのはいつですか？

A 現在のようなアニメが始まったのは1960年代でした。最初の人気アニメは『鉄腕アトム』という作品で、1963年から1966年ま

"เจ้าหนูปรมาณู" (แอสโตรบอย) ฉายทางโทรทัศน์ตั้งแต่ปี ค.ศ. 1963 ถึงปี ค.ศ. 1966 "เจ้าหนูปรมาณู" สร้างมาจากหนังสือการ์ตูนชุดที่เริ่มตีพิมพ์ ตั้งแต่ปี ค.ศ. 1952 และเป็นผลงานของ เทซึกะ โอซามุ

เทซึกะ โอซามุ เป็นนักเขียนการ์ตูนเรื่องยาวที่ได้รับความนิยมอย่าง ล้นหลามในช่วงปี ค.ศ. 1950 เขาคิดว่าอยากจะลองสร้างการ์ตูนแอนิเมชั่น ด้วยตนเองดู การ์ตูนแอนิเมชั่นในสมัยนั้นส่วนใหญ่จะนำเรื่องราวมาจาก นิทานพื้นบ้าน เขาจึงตัดสินใจสร้างการ์ตูนแอนิเมชั่นสมัยใหม่โดยอ้างอิง เนื้อหาจากหนังสือการ์ตูนเรื่อง "เจ้าหนูปรมาณู" ปรากฏว่าการ์ตูนแอนิเมชั่น เรื่องนี้ได้รับความนิยมอย่างมากในญี่ปุ่น ถึงขนาดมีบางคนเรียก เทซึกะ โอซามุ ว่าเป็น "วอลต์ ดิสนีย์แห่งญี่ปุ่น" เลยทีเดียว

🎧 ⟨133⟩ Q ปัจจุบันผู้สร้างการ์ตูนแอนิเมชั่นคนใดที่มีชื่อเสียง

A ผู้สร้างการ์ตูนแอนิเมชั่นที่มีชื่อเสียงมากที่สุดคงหนีไม่พ้น มิยาซากิ ฮายาโอะ และ ทากาฮาตะ อิซาโอะ ครับ มิยาซากิ ฮายาโอะเคย ทำงานในสำนักพิมพ์ยักษ์ใหญ่ในช่วงปี ค.ศ. 1980 เขาเป็นผู้จัดทำนิตยสาร สำหรับผู้ที่ชื่นชอบเรื่องราวเกี่ยวกับการ์ตูนแอนิเมชั่น ต่อมาเขาร่วมมือกับ ทากาฮาตะ อิซาโอะ ซึ่งเป็นเพื่อนของเขาสร้างภาพยนตร์แอนิเมชั่นออกมา มากมาย และผลงานต่าง ๆ เหล่านั้นก็มีชื่อเสียงเป็นอย่างมากในญี่ปุ่น ยกตัวอย่างเช่น "โทโทโร่เพื่อนรัก (My Neighbor Totoro)" (ปี ค.ศ. 1988) "แม่มดน้อยกิกิ (Kiki's Delivery Service)" (ปี ค.ศ. 1989) "พอร์โค รอสโซ สลัดอากาศประจัญบาน (Porco Rosso)" (ปี ค.ศ. 1992) "สุสาน หิ่งห้อย (Grave of the Fireflies)" (ปี ค.ศ. 1988) หรือ "ปอมโปโกะ ทานุกิป่วนโลก (The Raccoon War)" (ปี ค.ศ. 1994) โดยเรื่อง "ปอม

でテレビで放送されました。『鉄腕アトム』は1952年に始まった漫画シリーズが元になっており、作者は手塚治虫でした。

手塚治虫は1950年代に日本で最も人気のある連載漫画家でした。彼は自分でアニメを製作してみたいと考えました。当時のアニメのほとんどは昔話が題材になっていましたが、彼は『鉄腕アトム』をベースにして現代的なアニメをつくろうと決意します。このアニメは日本で大人気となりました。手塚治虫を「日本のウォルト・ディズニー」と呼ぶ人もいます。

Q 現在はどんなアニメーション作家が有名ですか？

A 最も有名な作家はきっと宮崎駿と高畑勲でしょう。1980年代、宮崎駿は大手の出版社で働いていました。彼はアニメについての読み物が好きな人向けの雑誌をつくりました。そして友人の高畑勲とともに多くのアニメ映画を制作し、その作品群は日本でたいへん有名になりました。作品は『となりのトトロ』(1988)、『魔女の宅急便』(1989)、『紅の豚』(1992)、『ほたるの墓』(1988)、『平成狸合戦ぽんぽこ』(1994)などがあります。『平成狸合戦ぽんぽこ』はアカデミー賞の外国語映画賞にノミネートされました。

โปโกะ ทานุกิป่วนโลก" เคยได้รับการเสนอชื่อเข้าชิงรางวัลออสการ์ สาขา
ภาพยนตร์ภาษาต่างประเทศยอดเยี่ยมด้วย

ช่วงหลายปีที่ผ่านมานี้ ไม่เฉพาะแต่ในญี่ปุ่นเท่านั้น ภาพยนตร์แอนิเมชั่น
ของมิยาซากิจำนวนมากยังได้รับความนิยมในต่างประเทศด้วย โดยเฉพาะ
"โทโทโร่เพื่อนรัก" และ "เจ้าหญิงจิตวิญญาณแห่งพงไพร (Princess
Mononoke)" เป็นผลงานที่ได้รับการกล่าวถึงเป็นอย่างมาก ทว่าภาพยนตร์
แอนิเมชั่นของญี่ปุ่นที่มีชื่อเสียงมากที่สุดในระดับสากลคือ "มิติวิญญาณ
มหัศจรรย์ (Spirited Away)" ครับ ผลงานเรื่องนี้ได้รับรางวัลออสการ์
ครั้งที่ 75 สาขาภาพยนตร์แอนิเมชั่นยอดเยี่ยม นอกจากนี้ ผลงานเรื่องนี้
ยังกวาดรายได้สูงที่สุดในประวัติศาสตร์ภาพยนตร์ญี่ปุ่นอีกด้วย ในญี่ปุ่นมี
ผู้ชมภาพยนตร์แอนิเมชั่นเรื่อง "มิติวิญญาณมหัศจรรย์" มากกว่าเรื่อง
"ไททานิค" เสียอีกครับ มิยาซากิ ฮายาโอะได้ประกาศอำลาวงการในปี ค.ศ.
2013

134 Q เด็กเล็ก ๆ ใช้เวลากันอย่างไร

A สมัยก่อน เด็ก ๆ มักจับกลุ่มเล่นแคชบอลหรือเกมอื่น ๆ ตามสวน
สาธารณะหรือลานกว้าง แต่ในปัจจุบันสิ่งที่บรรดาเด็กเล็ก ๆ ชอบทำ
มากที่สุดคงจะเป็นการเล่นวิดีโอเกมอยู่ที่บ้านครับ พฤติกรรมเช่นนี้ทำให้
พ่อแม่เกิดความกังวลใจ พวกเขามักจะบ่นอยู่เสมอว่าต้องแยกลูก ๆ จาก
วิดีโอเกมเพื่อให้ลูก ๆ ทำการบ้าน แต่พ่อแม่ส่วนใหญ่ต่างก็ถอดใจกันแล้ว
เพราะตระหนักว่าหากลูก ๆ ของพวกเขาไม่รู้เรื่องเกี่ยวกับวิดีโอเกมเลย ก็อาจ
จะไม่มีเพื่อนที่โรงเรียนก็เป็นได้

ここ数年、宮崎アニメの多くは日本だけでなく海外でも大いに人気を呼ぶようになりました。とくに『となりのトトロ』と『もののけ姫』は好評です。しかし国際的に最も有名な日本のアニメ映画は『千と千尋の神隠し』です。この作品は第75回アカデミー賞で最優秀長編アニメ賞を受賞しています。さらにこの作品は、日本の映画史上で最高の興行収入をあげました。日本では『タイタニック』よりも『千と千尋の神隠し』を観た人のほうが多かったのです。宮崎駿は2013年に引退を宣言しました。

Q 小さなこどもたちはどのようにして過ごしていますか？

A 以前は、こどもたちは公園や空き地に集まってキャッチボールなどをして遊んだものでした。しかし現在、小さなこどもたちが最も好むのはおそらく自宅でテレビゲームをして過ごすことでしょう。これは親にとって心配の種でもあります。宿題をさせるために、こどもをゲームから引き離さないといけない、としばしば嘆いています。しかしほとんどの親はもうあきらめ顔です。こどもがテレビゲームについて何も知らないと、学校で友達ができないのではないかと思い至ったのです。

135

Q คนญี่ปุ่นชอบดูหนังผีไหม

A ชอบดูครับ หลายปีมานี้หนังผีและหนังสยองขวัญได้รับความนิยมขึ้นมากในญี่ปุ่น หนังผีอย่างเช่น *"เดอะริง คำสาปมรณะ"* หรือ *"จูออน"* ถูกนำไปสร้างใหม่โดยฮอลลีวูด เป็นเรื่องยากที่จะสร้างหนังแอคชั่นฟอร์มยักษ์ในญี่ปุ่น แต่ถ้าเป็นหนังผีหรือหนังสยองขวัญจะสามารถสร้างได้โดยใช้เงินลงทุนไม่มากนัก แต่ก่อนที่จะมีหนังผีและหนังสยองขวัญนั้น เดิมทีญี่ปุ่นมีนิทานเกี่ยวกับผีอยู่แล้ว อันที่จริงหนังผีและหนังสยองขวัญของญี่ปุ่นก็มีที่มาจากวรรณคดีโบราณและการแสดงละครประเภทต่าง ๆ นั่นเองครับ

136

Q ของกระจุกกระจิกที่ห้อยกับโทรศัพท์มือถือคืออะไร

A สำหรับคนส่วนใหญ่โดยเฉพาะกลุ่มวัยรุ่น โทรศัพท์มือถือไม่ได้เป็นเพียงแค่เครื่องมือที่ใช้ติดต่อสื่อสารกับผู้อื่นเท่านั้น เมื่อพวกเขาซื้อโทรศัพท์มือถือมาแล้ว ก็มักจะเปลี่ยนสีหรือตกแต่งให้เป็นดีไซน์เฉพาะตัว รวมไปถึงการนำของตกแต่งเล็ก ๆ น้อย ๆ มาผูกห้อยเอาไว้ด้วย คนส่วนใหญ่จะตั้งค่าเสียงเรียกเข้าของคู่สนทนาแต่ละคนให้แตกต่างกัน ในกลุ่มนี้มีบางคนถึงขนาดแต่งทำนองเฉพาะของตัวเองอีกด้วย สิ่งนี้เป็นวิธีการแสดงออกถึงความเป็นตัวของตัวเองให้ผู้คนรอบข้างได้รับรู้ครับ

Q 日本人は幽霊映画が好きですか？

A はい、最近は幽霊やホラー映画が大いに人気を呼ぶようになりました。『リング』や『呪怨』などはハリウッドでリメイクされました。日本では大規模なアクション映画はなかなかつくれませんが、とびきり怖い幽霊映画やホラー映画なら、低予算でも制作できます。しかし幽霊映画より以前に、日本には怪談というものがありました。実は日本の幽霊映画のルーツは古典的な文学や演劇にあるのです。

Q 携帯電話にぶらさがっている小さな物は何ですか？

A とくに若者を中心とする多くの人にとって、携帯電話はただ人と話をするための道具ではないのです。彼らは携帯電話を買うと、しばしば色を変えたり独自のデザインを施したりします。そして小さな飾りも結びつけます。たいていの人が、電話をかけてきた相手ごとに異なる着信音を設定しています。なかには自分だけのメロディをつくる人さえいます。これは自分が誰なのかを周囲の人に示し、個性を表現する手段なのです。

137 Q ทำไมคนญี่ปุ่นจึงสนใจเรื่องกรุ๊ปเลือดมากขนาดนั้น

A คนญี่ปุ่นจำนวนมากคิดว่าเราสามารถรู้ถึงลักษณะนิสัยต่าง ๆ ของคนคนนั้นได้จากกรุ๊ปเลือด มีรายการโทรทัศน์หลายรายการที่พูดถึงเรื่องกรุ๊ปเลือด และคนญี่ปุ่นเชื่อว่ากรุ๊ปเลือดที่แตกต่างกันทำให้นิสัยหรือพรสวรรค์แตกต่างกันไปด้วย

คนกรุ๊ปเลือด A ไม่ชอบการแข่งขัน มักจะประนีประนอมกับผู้คนรอบข้าง มีความมุ่งมั่น ไม่ว่าจะเรื่องอะไรก็ตาม ถ้าได้ลองทำแล้ว พวกเขาก็อยากจะทำให้ดีที่สุด กรุ๊ปเลือดนี้เป็นกรุ๊ปเลือดที่พบทั่วไปในญี่ปุ่น

คนกรุ๊ปเลือด B ตรงไปตรงมา ชอบทำในสิ่งที่ตนเองต้องการ มีความกระตือรือร้น และชอบความเป็นระเบียบ

คนกรุ๊ปเลือด O ซื่อสัตย์ และมีเพื่อนฝูงมากมาย มักจะใส่ใจว่าต้องดูดีอยู่เสมอ จึงไม่ค่อยมีความมั่นใจสักเท่าไร

คนกรุ๊ปเลือด AB ชอบทำให้ผู้คนรอบข้างมีความสุข แต่บางครั้งอาจขาดความเฉียบขาดในการตัดสินใจที่ยากลำบาก

138 Q อาหารที่วางโชว์อยู่ในตู้กระจกตามร้านอาหารเป็นของจริงหรือเปล่า

A ไม่ใช่ของจริงครับ สิ่งนั้นทำมาจากขี้ผึ้ง เป็นโมเดลที่ทางร้านอาหารสั่งให้ทำขึ้นโดยจำลองจากหน้าตาอาหารที่มีขายในร้าน หากคุณไปที่ย่านคัปปะบาชิในโตเกียวแล้ว จะพบเห็นร้านผลิตผลงานขี้ผึ้งที่บรรดาช่างฝีมือเรียกกันว่า "โมเดลอาหาร" ครับ ทางร้านมีขายกระทั่งพวงกุญแจอาหารที่ทำจากขี้ผึ้งด้วย ซื้อไปเป็นของฝากได้เลยครับ นอกจากนี้ ย่าน

Q 日本人はなぜそんなに血液型にこだわるのですか？

A 日本人の多くは、血液型によって人の性格について多くのことがわかると思っています。血液型を話題にしたテレビ番組もよくあります。日本人は、血液型の違いによって性格や才能が異なると信じているのです。

血液型がＡ型の人は争いを嫌い、ほかの人々との協調性があります。目的意識があり、何かに挑戦したらどんなことでもうまくやりたいと願います。これは日本によく見られるタイプです。

Ｂ型の人は正直で、マイペースで行動するのが好きです。活力にあふれ、きちんとするのを好みます。

Ｏ型の人は誠実で多くの友達に恵まれます。見栄えを気にするので、ばつの悪い思いをしがちです。

ＡＢ型の人は周りの人を喜ばせるのが好きです。難しい決断をする際、思い切りの良さに欠ける場合があります。

Q レストランのショーウィンドウにある食べ物は本物ですか？

A いいえ、あれは蝋でつくられています。レストランが、店で出す料理の模型を注文して製作してもらうのです。東京の合羽橋に行くと、職人が「食品サンプル」と呼ばれる蝋製の工芸作品をつくっている店があります。蝋製の食べ物がぶらさがっているキーホルダーまで売られていて、いいおみやげになります。合羽

คัปปะบาชิยังมีร้านรวงที่จำหน่ายเครื่องครัวตั้งอยู่มากมาย

139 Q ร้านรวงต่าง ๆ เปิดตอนกลางคืนด้วยไหม

A หากลองยกตัวอย่างสิ่งสิ่งหนึ่งที่เหมือนกันทั่วญี่ปุ่นแล้วละก็ น่าจะ
เป็นร้านสะดวกซื้อครับ ในช่วงต้นปี ค.ศ. 1980 ที่ผมมาญี่ปุ่นเป็น
ครั้งแรก ยังมีร้านสะดวกซื้อจำนวนไม่มากนัก พอลองถามเพื่อนชาวญี่ปุ่นดู
เขาก็ตอบกลับมาว่าร้านสะดวกซื้อไม่เหมาะกับรูปแบบการใช้ชีวิตของคน
ญี่ปุ่นครับ

ปัจจุบันคุณมักจะพบร้านสะดวกซื้อมากกว่า 10 ร้านตามระยะทางที่
สามารถเดินไปได้ ผลที่ตามมาก็คือการแข่งขันกันอย่างดุเดือด บรรดาร้าน
สะดวกซื้อต่างพากันแข่งขันเพื่อนำเสนอสินค้าที่ดีที่สุดและบริการอันสะดวก
สบายที่สุด

140 Q มีร้านลดราคาบ้างไหม

A มีครับ การใช้ชีวิตที่ญี่ปุ่นต้องใช้เงินจำนวนมาก แต่ก็มีวิธีประหยัด
เงินได้หลายทาง หนึ่งในหนทางที่รวดเร็วมากที่สุดก็คือ การตามหา
"ร้าน 100 เยน" ครับ ที่ร้านนี้มีข้าวของเครื่องใช้ที่จำเป็นในการใช้ชีวิตใน
ญี่ปุ่นแทบจะครบทุกอย่าง ยิ่งเป็นร้าน 100 เยนขนาดใหญ่ด้วยแล้ว จะมี
ขายกระทั่งเสื้อผ้าหรืออาหาร ถึงขนาดเรียกว่าเป็น "สวรรค์ของแม่บ้าน" กัน
เลยทีเดียว ช็อปปิ้งให้สนุกนะครับ !

橋には調理器具を売る店もたくさんあります。

Q 店は夜も営業していますか？

A 日本全国に共通する要素をひとつ挙げるとしたら、それはコンビニエンス・ストアです。私が初めて日本に来た1980年代の初頭には、そんなに多くのコンビニエンス・ストアはありませんでした。日本人の友人にきいてみると、コンビニは日本人の生活スタイルに合わないのだという答えが返ってきたのです。

　今では歩いて行ける距離に10軒以上のコンビニが見つかることがよくあります。その結果、競争が激しくなりました。コンビニ同士は、最高の商品と最も便利なサービスを提供しようと、たがいに競い合っています。

Q ディスカウント・ストアはありますか？

A はい。日本での生活はお金がかかりますが、節約する方法がいくつかあります。最も手っ取り早い方法のひとつは「100円ショップ」を見つけることです。この店に行けば日本で生活を営むのに必要な物がほぼ全部そろいます。大きな100円ショップならば洋服や食べ物まで売っている店もあります。「主婦の楽園」と呼ばれることもあるほどです。楽しい買い物を！

日タイ対訳 ニッポン紹介 FAQ
ถามตอบเรื่องญี่ปุ่น

2016年7月9日　第1刷発行

オリジナル英文　デイビッド・セイン
タイ語訳　ピヤヌット・ウィリヤェナワット

発 行 者　浦　　晋亮

発 行 所　IBCパブリッシング株式会社
〒162-0804 東京都新宿区中里町29番3号 菱秀神楽坂ビル9F
Tel. 03-3513-4511　Fax. 03-3513-4512
www.ibcpub.co.jp

印刷所　株式会社シナノパブリッシングプレス

ISBN978-4-7946-0420-0

English **C**onversational **A**bility **T**est
国際英語会話能力検定

● E-CATとは…

英語が話せるようになるための
テストです。インターネットベー
スで、30分であなたの発話力を
チェックします。

www.ecatexam.com

● iTEP®とは…

世界各国の企業、政府機関、アメリカの大学300
校以上が、英語能力判定テストとして採用。オン
ラインによる90分のテストで文法、リーディン
グ、リスニング、ライティング、スピーキングの
5技能をスコア化。iTEP®は、留学、就職、海外
赴任などに必要な、世界に通用する英語力を総
合的に評価する画期的なテストです。

www.itepexamjapan.com